F

S

Luganda – English Dictionary

Compiled by
Austin Bukenya
Leonard Kamoga

FOUNTAIN PUBLISHERS
Kampala

Fountain Publishers
P.O. Box 488
Kampala
E-mail: sales@fountainpublishers.co.ug
publishing@fountainpublishers.co.ug
Website:www.fountainpublishers.co.ug

Distributed in Europe and Commonwealth countries outside
Africa by: African Books Collective Ltd,
P.O. Box 721,
Oxford OX1 9EN, UK.
Tel/Fax: +44(0) 1869 349110
E-mail: orders@africanbookscollective.com
Website: www.africanbookscollective.com

Distributed in North America by:
Michigan State University Press
1405 South Harrison Road
25 Manly Miles Building
East Lansing, MI 48823-5245
E-mail: msupress@msu.edu
Website: www.msupress.msu.edu
Publishers name and address

© Fountain Publishers Ltd 2009
First published 2009

Reprinted 2013

ISBN 978-9970-02-779-8

CONTENTS

INTRODUCTION

About this Dictionary

This dictionary is designed to introduce the reader to a basic Standard Luganda vocabulary with English equivalents also in ordinary everyday terms. It is intended to be a quick and simple reference for users who wish to find simple direct equivalents across the two languages. As such, it avoids elaborate cross-references (like "see such-and-such below"), etymological explanations, tracing the origins of words, and extended grammatical analyses. While all these are of interest to advanced scholars, they only cause confusion and annoyance to the ordinary user. It is hoped that the direct listing of the words which readers are most likely to meet in current everyday usage, in the form in which they can most easily recognize them, will help to enrich their vocabulary and improve their understanding and use of the two languages in both speaking and writing. Instead of giving long and difficult explanations, the author provides short examples, with translations for a large number of entries. This is because the best way to understand the meaning of a word is to hear or see it used in a context. Care has been taken to minimize technical linguistic and grammatical terms. This is for two reasons. First, these terms frequently change, and experts are almost always arguing over what terms to use and how to use them. Secondly and more importantly, the average reader does not need to know these technical terms in order to use the dictionary. Using a lot of them would only complicate matters and make the text less user-friendly.

Entries

The reader will thus note that each entry or listing in the dictionary consists of three or four parts, as follows:-

Word	part of speech(abbreviated)	English equivalent	Example translation
kaati	adv	openly; publicly	kati twogera kaati: now we speak openly.

The main words are listed in alphabetical order, from A to Z, with each letter presented separately as a group. Each word is printed in bold type, and it is followed by an italicized abbreviation suggesting what part of speech it is. The English equivalent is then given and, where it is considered to be necessary for a clearer understanding, a Luganda example, in italics, is given, followed by an English translation. Many of the examples are actually idioms which, it is hoped, will enrich the user's knowledge and competence.

In order to understand the entry system better and be able to use it with speed and ease to find words, three main aspects of Luganda need to be appreciated. These are the grammatical parts of speech: the basic structure of Luganda words and, thirdly, pronunciation and orthography. Following are a few comments on each of these. Parts of speech: As mentioned earlier, grammatical and linguistic jargon was avoided in this book. For the sake of clarity, however, it was inevitable to use a few terms of identification for the items listed. For this purpose, we decided to use the traditional grammatical terms for the "parts of speech": noun, adjective, pronoun, adverb, preposition, conjunction and interjection. These are shown in abbreviated form against each entry, as shown in the list of abbreviations at the end of this introduction. In very basic terms these identifications are used to mean the following:-

   i. noun: name of a human being, animal, object or a place;

   ii. adjective: describing word, usually added to a noun to show quality, quantity or number;

   iii. pronoun: short word that is used instead of a noun;

iv. adverb: word added to an adjective, a verb or another adverb to give more information about place (where), manner (how), time (when) or degree (how much);

v. preposition: short word used before a noun or pronoun to show place, position, time or method; vi. conjunction: a word joining two other words or two parts of a phrase or sentence; vii. interjection: also called exclamation, expressing feelings like surprise, pain or desire to attract attention. To the verbs there are added little labels suggesting whether they are intransitive, transitive or reflexive. In traditional terms: transitive verbs require a direct object (someone or something to whom or to which the action is done) while intransitive ones do not. Reflexive verbs suggest that the doers direct the actions to themselves. This, however, is an extreme simplification as Luganda verbs take a large variety of forms, especially based on what is called derivation. Thus scholars will be heard talking of prepositional, static, causative and other forms of the verb. These refinements were not regarded as relevant to the targeted user of this dictionary, and it was felt they are best left to the grammars, although a little more information is given about them in table form under the next section below. The most important thing to remember about parts of speech, however, is that you can only tell which part of speech a word is according to the context in which it is used. This is why you will find in the entries that several words are identified as, for example, both nouns and adjectives, or nouns and adverbs. One can only tell according to what the words do in a given sentence. Thus kiro can be either a noun or an adverb, e.g.:-

Kiro kya ntiisa: It is a night of terror. (Here kiro may be identified as a noun.) Mukasa yatuuka kiro: Mukasa arrived at night. (Here kiro is an adverb of time.)

Finally, it must be remembered that there are few direct equivalents across English and Luganda in the way they form or identify their parts of speech. The labels used are only approximations. A user of English, may, for example, feel that there are few clear-cut adjectives in Luganda. But Luganda has its devices for describing, e.g. the use of prepositions between two names. For example, an "argumentative person" is *muntu wa mpaka* (a person of argument). This underlines the important point that when we cross from one language into another, we often have to change not only the words but also our whole way of seeing and thinking about reality.

Basics of Luganda Word Structure

The most important point to note about the structure of Luganda words is that most of them are made up of two main elements: a stem and a number of affixes. The stem is the main part of the word which remains the same when affixes are added either at the beginning or at the end. The affixes are the little pieces added to the stem to show either class, number, tense, mood or extension of meaning.

In the word *omusajja*, for example, o- and –mu- are affixes, while –sajja may be regarded as the stem. One may attach various affixes to the same stem to form different words, like:

affix	affix	stem	affix	word	meaning
o-	-mu-	-sajja		omusajja	a man
a-	-ga-	-sajja		agasajja	huge scary men
e-	-n-	-sajja		ensajja	thin tall men (or adj, male, as in *ensekere ensajj* male louse)
o-	-lu-	-sajja-	-sajja	olusajjasajja	a thin slice of a man; (or: a false show of courage
o-	-ku-	-sajja-	-laata	okusajjalaata	to try and dominate; to lord over others

Affixes

Affixes are divided into two main types. Those that come before the stem are prefixes and those coming after are suffixes.

Prefixes

The following are the commonest Luganda prefixes the reader should be able to recognize:

i. initial vowel: a-, e- or o-, affixed to noun, adjective or adverb stems;
ii. class prefixes: necessary additions to noun stems, and influencing all the stems related to the nouns;
iii. pronoun prefixes showing doer, sufferer or beneficiary of an action;
iv. tense prefixes showing time past present or future;
v. mood prefixes: showing condition, possibility or wish.

Suffixes

Apart from reduplication (repetition of a stem) which may occur in any part of speech, most suffixes occur with verbs. They are, as mentioned above, mainly extensions showing words derived from a given stem, e.g.:-

Word	Part of speech	English equivalent	Example: Translation
Laba	vt & i	to see to be awake	Ndaba abantu I see people Ndaba I am awake

Same word with affixes

Word /Stem	Affix	Part of speech	English equiv.	Example: Translatin
Laba	-alaba	reduplicated	vi to look around	Mukasa alabaalaba Mukasa is looking around
Lab	-ira	prepositional	vt find, see for, invoke	Senga we yamulabira omusajja Her aunt found a husband for her.
Lab-	-irira	intensive	vt & i look about cautiously supervise	Nze ndabirira omulimu ogwo. I am supervising that project.
Lab-	-ika	static, neuter	seem, appear	Alabika mubbi. He seems to be a thief.
Lab-	-isa	causative	vt cause to see	Labisa tadooba Use paraffin lamp to see.
Lab-	-uka	static/ reversive	vi be warned become alert	Yalabuka n'avaawo He became aware and left the place.
Lab-	ula	reversive/ causative	vt alert, tip off	Tomulabula Do not warn him.

As suggested earlier, these elaborations are not of primary interest for the user of this dictionary. However, it may help the reader to note that the derived forms often have meanings drastically different from that suggested by the stem. Where such is the case, the forms are listed, in the dictionary, as separate words.

Stems

The most important part of the word for the user to recognize is the stem. As shown in the table above, different words can be formed on the same stem by attaching affixes either before or after it. More importantly, users can guess the meaning of a word if they can recognize the stem in it. So, the main entries, in bold type in the dictionary, aim at helping the user to identify the stem as easily as possible. Thus:-

i. with noun stems only the class (singular) prefix is given as part of the word;

ii. adjective stems which may take prefixes are preceded with a class (singular) prefix (mu- or ki-) suggestion in italics and separated with a hyphen (-); only the stem is printed in bold type;

iii. adverb stems are entered without any affixes;

iv. verbs are entered in the imperative (ordering) form, as this is in most cases identical with the stem of the verb; however, verb stems starting with a vowel (a, e or o), though listed under these letters, are preceded by a suggested infinitive kw- prefix in italics, as their imperatives are different from the stems, e.g.:-

word	part ofspeech (abbreviated)	English equivalent	*Example:* translation
kw- **abika**	*vi*	burst	
kw -**ebaka**	*vi*	sleep	
kw-**ola**	*vt*	decorate; bring up	
coppa	*vi*	live in poverty; suffer deprivation	

To help the reader with the complex pattern of noun class markers, every noun entry is identified with a demonstrative form (like ono, kino, lino). With a basic understanding of the grammar of Luganda, the reader should be able to use these hints to generate the plural of the words and also the appropriate agreement affixes. Where, however, the plural of a noun varies unexpectedly from the singular, a hint is given to this effect, just before the equivalent is given, e.g.:

word	part of speech(abbreviated)	English equivalent	Example: translation
ŋŋaali	n <u>ono</u>	(pl: biŋŋaali bino) crested crane, crown bird	

Orthography and Pronunciation

Even in the notes above, the reader may already have noted a few cases which do not seem to follow exactly the principles being suggested. The table suggesting the derivation suffixes is a good example. Moreover, in the table just before this section, the reader will also have noted that we used a letter, ŋ, which is not common to the conventional alphabet. These are good illustrations of the point that the user of a dictionary should be aware of the spoken sounds of the language and of its writing conventions.

The sounds are what we have called pronunciation here, and the writing rules are the orthography. We shall limit our comments here to only a few essential aspects of each, showing how they relate to the entries in the dictionary.

Orthography

A standard Luganda orthography was adopted in 1947, and it is the form of writing used in public and official documents. It aims at being as "phonetic" as possible, that is, relating the letters closely to the sounds of the language. Its most striking characteristics are:

i) representing both the long vowels and long (or hard) consonants with double letters, e.g. kubuuka (to jump), kubbuka (to emerge);
ii) representing the velar nasal sound with its phonetic symbols, ŋ and Ŋ, which have now become part of the alphabet;
iii) simplification of the "ch" sound to a simple "c" in writing. Two things should be noted in this connection, however. First, documents produced prior to the adoption of the standard orthography use different conventions to represent the above.

Many documents, for example, do not mark long sounds at all, leaving the recognition of the sounds to the reader's intuition within the context. Some documents mark long vowel sounds with the mark ^ over a single letter, and may insert an extra consonant to mark a long consonant, e. g. madzi (for standard mazzi: water). The standard ŋ is often represented by ng' in the older documents while c is written as ch. The reader who may want to find in this dictionary words with such sounds (from the old documents) must resort to the context and careful listening, and then relating the sounds to the likely orthography.

A conspicuous shortcoming in the standard orthography is its failure to provide a single symbol for the alveolar nasal, currently written as ny-, as in "nyega" (utter a word). Some glossary compilers are beginning to list words beginning with this sound, and its long (or hard) variety, nny-, as a separate group from the n group. In this dictionary, however, the conventional approach of listing them under n has been adopted.

Pronunciation

The user of this dictionary should also note the possible influence of pronunciation on the way words are listed and may be traced in the text. Three main observations should be made:

i) In many people's speech, the c-, ki- and ky- sounds are very close, as are the set j- and gy-. So, the dictionary user should try alternative listings under these letters in case the word being sought is not found under the perceived sound.

ii) In many speakers' pronunciation, the sounds nna- and sse- are almost always sounded hard at the beginning of words. Many users feel that this hardness should always be indicated by double consonants, and this is the approach used in this dictionary. Other people, however, tend to pronounce these sounds more softly and this is why some users feel that they should not be written with double consonants. Another line of argument is that, if they always have an element of hardness in them, there is no need to indicate this with double letters. So, if words beginning in na- or se- in some documents cannot be found at the expected points, the reader should look under nna- or sse-. The principle here is that what is heard is what should be written.

iii) Finally, the reader should be aware of the complex feature of tone in Luganda. Tone means the variations in the pitch or risings and fallings of the sounds we utter. In Luganda, as in other tonal languages, tone variations, on the vowels, can and do indicate differences in the meaning of words which may otherwise appear to be similar. In very simple terms, there are four main types of tone in Luganda, which linguists mark with signs called diacritics as follows:

Tone mark low (unmarked). High   á é í ó ú.
Falling   à è ì ò ù. Rising/falling   â ê î ô û.

Tone variations are not indicated in the orthography. Some dictionary authors try and indicate tone in all their entries. This is a useful attempt, especially for readers who may not be in environments where they can listen to the language. However, it can make the entries look cumbersome and "overdecorated". Our text does not give tone diacritics on every word. However, some tone suggestions using the diacritics above are made to distinguish words which would otherwise be confusing to the user as they are spelt in the same way but pronounced with different tone patterns. Compare, for example:

kwâla: to become plentiful kwalá: to make a bed
nkóngóló: endlessly
nkòngoló: dead foetus in the womb.

When all is said and done, however, no amount of technical description or diacritic marking can fully clarify the subtleties of tone in live speech. The most reliable key to mastering tone is close listening to competent first-language speakers.

Abbreviations

Abbreviation/Completion/Meaning

adj adjective describing words.

adv adverb modifying words.

conj conjunction joiner.

esp especially commonest kind of usage.

i intransitive describing an action word, as in "**vi**" below.

id idiom fixed expression.

interj interjection exclamation.

n noun name of person, place or object.

pers personal as in "personal pronoun".

prep preposition word showing relationship of place, position or method.

pron pronoun short word that may be used as a noun.

t transitive describing an action words, as in "**vt**" below.

v verb action word. **vi** intransitive verb verb requiring no direct object. **vr** reflexive verb verb directing the action to the doer. **vt** transitive verb requiring a direct object.

aa! *interj* exclamation suggesting disbelief (uttered with closed "catch" at the beginning) or relief (with an open "a" at the beginning).

a-a! *interj* no!

a-'a! *interj* exclamation suggesting disgust or impatience.

aa-a! *interj* exclamation suggesting mild protest or refusal.

aaaa! *interj* no! n exclamation of mild refusal; also a reply to a greeting.

kw –aba *vi* (of a period of mourning) come to an end; *Olumbe lwe Mukasa lwaba nkya*: The mourning period for Mukasa ends tomorrow.

kw –abika *vi* burst

abiri *num & n gano* twenty; the eyes; *Tumusimbye abiri*: (lit.:We have planted our pairs of eyes on him) We are just looking at him.

kw –abirira *vi* wear thin.

kw-abiriza perform supplementary funeral rites.

kw –abuka *vi* disperse (after an event).

kw –abula *vi* (of bicycle rider) take the hands off the handlebars.

kw –abulukuka *vi* disintegrate at the seems; fall apart.

kw –abya *vt* burst; *kwabya lumbe*: officially conclude a mourning period.

acce! *adv & interj* like loud sneeze.

addu *adv. & interj* with a thud.

Adiventi the period of four weeks before Christmas. Things pertaining to the seventh day adventist church.

aggu *adv. & interj* with a thump.

kw –agala *vt* want, like, love; have an affair with; tend towards; *Enju eyagala kugwa*: The house is almost collapsing.

kw –agula *vt* scratch .

kw –alá *vt* lay out; make a bed.

kw –àla *vi* be or become plentiful.

kw –alaala *vi* (of water) flood, spread over a wide area.

kw –aliira *vt* spread (e.g. a mat); lay out an altar.

kw –aliirira *vt* lay out a seat (e.g. for a guest).

kw –alika *vi* run out of beads (of a *mweso* board-game player).

kw –aluka *vi* hatch, come out of the egg.

kw –alula *vt* hatch; *Enkoko yayalula obukoko kkumi*: The hen hatched ten chicks.

kw –ambala *vt* wear, dress in.

kw –ambika *vt* drape round the neck; decorate; *Bamwambise omudaali*: They have decorated him with a medal.

kw –ambuka *vi* go up.

kw –ambula *vt* undress.

kw –ambulula *vt* exorcise, remove a curse.

kw –amira *vi* raise a cheer or a shout.

kw –amuka *vt* move or flee from a threatening presence.

kw –amuka *vi* 1. show or regain brightness (of colour); 2. (of a fever or any other affliction) to abate or let up for a while.

kw –amula *vt* temporarily relieve (of a fever or any other pain).

kw–anama *vi* stand bare and exposed.

kw–anaamirira *vi* be astounded; look astonished.

kw–andaala *vi* spread out, flood.

kw–andaaza *vi* scout around; hunt tentatively (without prior location of quarry).

kw–anika *vt* 1. hang out to dry; 2. expose a person's secret or scandal.

ani (?) *interrog* who (?)

kw-anja present a case

kw–anjala *vt* spread out (seeds or leaves) to dry.

kw–anjaala *vi* spread out, flood, be found everywhere.

kw–anjula *vt* 1. introduce; 2. (of a woman) officially present a fiancé to one's family.

kw –anjulukuka *vi* blossom; fall open, e.g. for a parcel.

kw–anjuluza *vt* unfold; roll out.

kw –anukula *vt & i* answer, reply to.

kw–anula *vt* take out of the sun.

kw–aŋŋanga *vt* dare; face up to.

kw–asa *vt* break.

kw–asama *vi* open one's mouth.

kw–asaamiirira *vi* be open-mouthed; stand with mouth agape.

kw–asanguza *vt* announce clearly; state openly.

kw –asimula *vi* sneeze.

kw –asira *vt* command, urge (esp. a pack of hunting dogs).

kw –asirira *vt* support; speak out on behalf of; assist.

kw –atiikirira *vi* become famous; be well-known; patronising.

kw –atika *vi* break; *Entamu ez'ebbumba zaatika mangu*: Clay pots break easily.

kw –atula *vt* pronounce; declare; confess.

kw –atuukiriza *vt* reveal; denounce.

kw –avula *vi* crawl on all fours (as of a baby).

kw –aya *vi & t* forage for food; harvest food from other people's gardens without their permission.

kw –ayuuya *vi* yawn.

kw–azá *vt* search (a person or a place); inspect; *Baayaza enju ne basangamu emmundu bbiri*: They searched the house and found two guns.

kw –âza *vt* get in plenty.

kw –aziina *vi* call Muslims to prayer.

kw –aziirana *vi* cry out in pain or supplication.

kw –azika *vt* lend (an object).

Bb

ba *vi* be.

baaba *n. ono* elder sibling; (in addressing a person) my dear.

baadabaada, baalabaala *vi* pace leisurely around.

baaga *vt* skin and cut up an animal; operate on a patient; speak (a language) with an incorrect accent.

baalabaala *vi* see *baadabaada* above.

baatira *vi* walk flat-footed or in an ungainly fashion.

baawo *vi* be present; exist.

babika *vt* (us. followed by *oluyi*) slap.

babira *vt* heat up.

babirira *vi* overheat.

babuka *vi* be or get scorched; speak rudely; *Tombabukirako*: spare me your rude talk.

babula *vt* scorch; burn the hair off.

badala *vt* pointedly ignore.

bafuta *n eno* velvet.

baga *vt* 1. build the frame of a structure 2. draft (a document).

baguka *vi* get up and go.

bagula *vt* heave, lift a heavy object.

baguliza *vt* alert, give a hint.

bajja *vt* craft in wood; make a wooden object.

bajjuka *vi* split into pieces.

baka *vt* catch an object in mid-air; *omupiira ogw'okubaka*: netball.

bakana *vi* start seriously on (a task); *bakana n'omusomo*: embark on a course.

bakira *adv* while; at the moment when.

bala, kubálá *vt* count.

bala, kubála *vi & t* grow in plenty; yield fruit.

baliga *vi* 1. walk crookedly 2. be unfaithful in marriage.

balo *n ono* your husband.

balugu *n ono* yam (gen. name for tubers like *kandi, kyetutumula, nandigoya*).

baluka *vi* break out; *olutalo lwabaluka mu nsi*: war broke out in the country.

balula *vt* slap violently.

balwegira *n ono* (jocular) cassava.

bama *vi* rush around crudely.

bamba *vt* stretch and spread out.

bambaala *vi* be or become wide and stretched out. 2 grow wild or unruly.

bambaga *vi* totter around; walk unsteadily.

bambi *interj* expression of pity or sympathy; also, a call for a person's attention.

bambira *vt* rudely accost.

bambuka *vi* lose skin; (of pasted material) come unstuck.

banda *vt* jump over.

bandole; kabandole *n eno* double-decker bus.

banduka *vi* split with a noise.

bandula *vt* split or open suddenly and noisily.

basa *n bano* (always plural) conmen; *basa na basa:* equally matched cheats.

baze *n ono* my husband.

bba *vt* steal; cheat.

bbâ *n ono* her husband.

bbaabwe *n ono* their husband.

bbaagiro *n lino* abattoir; butchery.

bbaasa *n eno* envelope.

bbabbatu *adj* large and spread out.

bbaffe *n ono* our husband; *Bbaffe*: the Kabaka.

bbago *n lino* draft; *ebbago lya ssemateeka*: draft constitution.

Bbayibuli *n eno* the Bible.

bbajjiro *n lino* carpentry workshop.

bbakuli *n eno* bowl, especially an enamel or tin one.

bbali *n & adv* on the side; separately; *Ebyo bidda ku bbali*: All that is beside the point.

bbanda *n lino* bamboo reed.

bbanga *n lino* duration, space, atmosphere, empty space.

bbango *n lino* hump; hunched back.

bbavu *n lino* blister.

bbe! *interj* no! (Lusoga)

bbeere *n lino* breast.

bbega *n lino* the back; *kukuba ku bbega*: to carry on the back.

bbenseni *n eno* basin.

bbete, *n & adj* bya bbete unbecoming; unbecoming behaviour.

bbi *n ono* faeces.

bbibiro *n lino* man-made bank, dyke, dam; *ebbibiro ly'amasannyalaze*: a hydro-electric dam.

bbidde *n lino* brewing banana; banana beer; alcohol.

bbiiya *n ono* bottled or canned beer or lager.

bbika *vt* immerse; submerge.

bbingwa *n & adj* expert; champion.

4

bbinika *n eno* kettle

bbinkana *vi* be extremely busy.

bbinu *n lino* fun; lively celebration; rejoicing.

bbira *vi* dive; cheat (for someone).

bbiramu *vt* praise or compliment in song.

bbo! *interj* sound suggesting a heavy blow.

bbofulo *adj & n ono* loaf; in the form of a loaf.

bboggo *n lino* harsh and rude way of talking.

bbogoya *n ono* variety of long-fingered banana, us. eaten sweet.

bbomba *n eno* pump.

bbombo *n lino* a creeper with dark green bitter leaves and a potato-like tuber, frequently used in rituals.

bbomu *n eno* bomb.

bbona *n. lino* pearl.

bbongo *n ono* sour or curdled milk; yoghurt.

bbooda; bboodabbooda *n eno* bicycle or motor cycle taxi.

bboodingi *n eno* 1.lady's gown, comprising a bodice and a flowing ankle-length wrap-around skirt, also called *busuuti, gomesi* or *kinnaggayaaza*. 2. residential school.

bbuba *n lino* jealousy; clot orcyst (in animal organ, e.g. liver)

bbugga *n lino* a variety of spinach.

bbugumu *n lino* heat; warmth.

bbugwe *n ono* surrounding or perimeter wall.

bbujje *n lino* (innocent and helpless) baby.

bbuka *vi* come up; emerge; resurface.

bbuka! *interj* (said to someone sneezing, esp. a baby) bless you! good health!

bbula *n eno* lady's wrap-around cotton undergarment.

bbula *n lino* scarcity; shortage.

bbula *vt* name a child in memory or honour of a relative (always from another clan).

bbulabikolwa *n lino* idleness; lack of occupation.

bbuli *n eno* teapot.

bbuliti *n eno* plank of wood.

bbulooka *n eno & ono* 1. *eno*: brick, block; 2. *ono*: broker; middleman.

bbulu; bbululu *n ono* blue; *Olugoye lwa bbululu*: The piece of cloth is [of] blue.

bbumba *n. lino* clay.

bbumbuzzi *n ono* (*pl.* bibbumbuzzi): bumble bee.

bbunwe *n ono* hip-bone.

bbusu *adv & n ono* (startle) with a sudden slap under the hand; *kukuba busu*: startle someone into dropping something by slapping them under the hand.

bbutu *interj* (imitation of) the sound and movement of a heavy and soft object; *"bbutu ne kyebutuggula..."*: bbutu and so it goes bounding along.

bbuukamigogo *n lino* a sparrow-like bird common in banana gardens.

Bbuukamaziba teenage girl.

bbuukizi *n lino* kind of insect.

bbwa *n lino* sore; wound.

be; bwe *conj & prep* like, such as.

bebbabebba *vi* nibble at; destroy by employing small tricks and plots.

bebbera *vi* trudge along.

bebera *vt* (of a he-goat) emit mating sounds (while following a she-goat).

beeba *vt* ask or beg continuously; importune.

beera *vi* 1.be; 2. exist; 3. reside at; *mbeera Kibuye*: i stay at Kibuye.

beera *vt* help; assist.

beerera *vi* last; be permanent; *Ennaku tezibeerera*: Sorrows do not last forever.

beesabeesa; beezabeeza *vt* entertain; pleasantly divert; keep (someone) company.

bega *vt* 1. (of solid food) cut and dish out; 2. spy on; investigate.

bejjagala; bajjagala *vi & t* belch; ructate.

bembejja; wembejja *vt* soothe; quieten; caress.

bendabenda *vi & t* 1. move around with bent back; 2. move a heavy object, barely raising it off the ground.

bendegera *vt* make amends to; give satisfactory explanation to; *Bwe mutaalime mujja kummendegera*: If you do not work in the field, you will owe me an explanation.

bendera *n eno* flag; standard; (military) colours.

benduka *vi & i* (of the back) crack; be dislocated; (of a person) suffer a sprain in the back.

bengeya *vi* burn to ashes; be completely destroyed by fire.

beppo *conj & prep* unless; except.

bereega *vi* crack jokes; play word games.

bereesera *vi* look all smooth and made up.

berenga *vt* heat up; dry up.

berengula *vt* scorch.

beteggera *vi* walk heavily; toddle or plod along.

betenta *vt* crush to dust.

beya *vi* loiter; roam aimlessly.

beyuka *vi* take off (to no specific destination).

bibira *vt* dam (a river); bank up.

bifeekeera *adj & n ono* extremely rich; very rich person.

bigagu *n bino* "choice leftovers" i.e. special treats (esp. for grandchildren); *Jjajja yatuwa* *ebigagu*: Granny gave us a treat.

biggya *n bino* family graves or burial ground.

bigiina *vi* eat to the full; be sated with food.

bigiitana fumble greedily with food.

bigiza *vi* rejoice and celebrate.

biguka *vi* 1. come loose (as from a foundation); 2. walk with a back thrust of the buttocks.

bigula *vt* wiggle (one's behind).

biibiita *vt* love excessively; dote on; spoil.

biibya *vi & t* dance; perform a dance.

biika *vt* lay an egg.

biikira *adj* virgin; maiden; *Biikira Maria*: the Virgin Mary.

biina *vt* raise (one's eyebrows); *okubiina ensige*: raise the eyebrows (in surprise or disapproval).

biita *vt* love dearly; cherish.

bijja *vi* be or become ugly; go nasty or wrong; *ebintu bibizze*: things have gone wrong.

bika *vt* announce the death of a person.

bikka *vt* cover.

bikkula *vt* uncover.

bimba *vi* rise with heat , like boiling milk.

binaagina *adj & n ono* extremely rich; tycoon.

binga *vt* exert (e.g. speed or pressure) upon; *Abinga mmotoka emisinde*: S/he drives the car at high speed.

binnyonkondo *adj & n ono* very rich; a millionaire.

binywera *adj & n ono* strong; strongly built.

bitigguka *vi* move or walk with a reckless gait.

bo *pers pron* they/them.

boggoka *vi* speak harshly.

boggola *vi* bark.

bojja *vt* 1. (of a bird) to peck at 2. (of a snake) bite 3. (of people) catch and chew white ants; *Abaana babojja enswa*: Children are catching and chewing white ants.

bojjogola *vt* tear at (flesh) with the beak; peck out.

buleebo *n. buno* sap from the mutuba bark when it is being beaten out into cloth.

boleera *vi* be or become weak with age or exhaustion.

bolerera *vi* become over-ripe.

bolooga *vi* breathe noisily and with difficulty.

bomba *vi* escape from custody.

bonaabona *vi* suffer.

boneka *vi* 1. (of a new moon) appear 2. make a rare appearance.

bonerera *vi* repent.

bonereza *v.t.* punish.

bonga *v.t.* spin.

bongoota *vi:* nod with drowsiness.

boppo, beppo *conj & prep:* unless.

bowa *vt:* seize (a debtor's) property.

boyaana *vi:* be at a loss.

buba *vi:* be jealous; show jealousy.

bubi *adv & n buno* badly; badness; evil; malice; faeces.

bubira *vi:* be jealous or possessive over; show jealousy over.

–buubuuka *vi:* go up in flames; burn wildly.

bubuyabuya *n buno* idiocy.

bubya *adv* relaxedly and confidently; *Ateredde bubya*: He is comfortably seated.

buga *vi* move around in agitation or pain.

bugaabugana *vi* bustle around in excitement.

buggo *adv* empty-handed; without anything to show (for an effort made); *Mukasa e Makerere yavaayo buggo*: Mukasa came empty-handed out of Makerere (without any qualifications or benefits).

buggya *adv & n buno* 1. again; anew; 2. newness; freshness; 3. envy; malice.

bugigi *adv & n buno* painfully hard; *kuluma bugigi*: gnash or grind one's teeth (in anger or pain).

bugiriza *vt* surround protectively.

bugujja *vi* blaze; burn fiercely.

buguutana *vi* act in panic and without a system.

bujjolobera *n buno* lavish decorations.

bukala *vt* fill; saturate.

buko *n buno* in-law relationship; incest taboo; (ailment of) nervous degeneration (believed to be the result of breaking incest taboos).

bukokkoliko *n buno* dirty spots.

bukolokolo *adv* entirely; in one full swoop; *Ttimba akabuzi yakamira bukolokolo*: The python swallowed the kid whole.

bukumbu *adv* without reward or benefit.

bula *vi* be lost; get lost; miss one's way; become rare or unavailable.

bulubuuta *vi* grope about.

bulungi *adv & n buno* well, properly; goodness, appropriateness.

bumba *vt* fashion out of clay; make a clay vessel.

bumbula *adv* with nothing to show (for one's efforts).

bumpwakipwaki *n buno* snacks.

bundaala *vi* flop down; sit helplessly.

bundabunda *vi* be displaced and disoriented; move without a destination; *ababundabunda*: refugees; displaced people.

bunduggula *vt* pour out extravagantly and recklessly.

bunduka *vi* 1. (of a liquid) come down in abundance; 2. (of

breasts) begin to fall; be no
longer erect.

bunga *vi* roam aimlessly.

bungeeta *vi* roam without a
base.

bungeeta *vi* be a vagabond;
roam around.

bunkenke *adv & n buno* (in a)
state of alert; unsettledness;
anticipation of trouble or
disturbance.

buntubulamu *n buno*
politeness; decency.

busa *adj & n buno* nakedness,
nudity; free, gratuitous, of no
purpose; unattached,
unmarried; *Omuwala oyo wa
busa*: That girl is single.

busomyo *n buno* **bone marrow.**

busukko *n buno* an infection of
the feet, causing itching and
inflammation.

busukundu *n buno*
protrusions; crude
extensions.

busungu *n buno* anger;
indignation.

buswandi *n buno* fury; extreme
anger or pain; anguish.

buswiriri *n buno* whiskers;
moustache.

butaabutana *vi* be distracted;
be at a loss what to do.

buteba *adj & n eno* trump;
winning trick.

butengerera *adv & n buno*
upright and without support;
firmly.

butta *n buno* soft and soggy
millet bread.

butuuliro *n buno* buttocks;
bottom.

butuulo *n buno* place of
settlement; resting place;
cemetery.

butwa *n buno* poison.

buugi *n buno* porridge.

bukala *vi & t* 1.sit or settle
comfortably; 2. fill completely;
saturate.

buuza *vt* ask; enquire; greet.

buyabuya *adj* stupid; idiotic.

buzaabuza *vt* trick; deceive;
fraudulently cause to
disappear.

bwagula *vi* (of a bitch) litter; give
birth to puppies.

bwaguuga *adj* enormous;
gigantic.

bwa big, huge, colossal.

bwatuka *vi* explode loudly;
thunder.

bwebange *n buno* original state;
basic right; b irthright.

bwebwena *vt* devour; consume
completely.

bwegera *vi* eat one's fill; be
utterly satisfied with food.

bwenena *buno* state of
uncertainty; (under) serious
threat.

bwereere *adv & n buno* 1.
without reason; zero, naught;
2. without clothes;
nakedness.

bwoya *n buno* hair (on the skin
of an animal).

bwoya *adj* (one's) very own; *Enju yange bwoya*: It is my own house (lit: the house is my very own).

byanga *vi* be troubled with a lot of care.

byangatana *vi* be distracted with a lot of things to do.

C c

The sound represented by "c" in writing is pronounced like the "ch" in English "church". In some old documents it is written as ch-. note that the "c" sound is very close, in many speakers' pronunciation, to the sound represented by "ky-" in writing. The reader is, therefore, advised to look under "ky-" for words which may sound as if they begin in "c" but are not found in the list below.

caacaala *vi* spread excessively.

caaka, caakaala *vi* become a fad or a fashion.

cacanca *vi* rejoice and celebrate conspicuously.

caccaliza *vi* prance around.

cakala *vi* enjoy life; lead a dissolute life.

camuka *vi* boil; become excited.

cankalana *vi* be disorganized.

capala *vi* old-fashioned form of "*cakala*", above.

ccooka *n ono* chalk, white lime.

cekeca *vi* hurt sharply.

concona *vt* scarify, make marks on, esp. the face.

cookooza *vt* provoke.

coolo *interj* the croon of a chicken.

coppa *vi* live in poverty; suffer deprivation.

coppoka *vi* become very poor; be destitute.

cucuka *vi* wear out.

cucumala *vi* stand out shabbily.

cuuma *vi* smell very badly.

cuumuuka *vi* stink.

cwacwalikana, twatwalikana *vr* quarrel bitterly.

D d

daaga *vi* lead a miserable life.

dagada *vi* stand or walk tall.

dda *adv* already; a long time ago; in the past.

dda *vi* 1.return; 2. be caught up in; *Todda mu kugayaala*: Do not be caught up in laziness.

ddaabiriza *vt* repair.

ddaabulula *vt* rehabilitate, restore.

ddaala *n lino* madaala, ladder, staircase, step.

ddaame *n lino* Kabaka's will; heritage.

ddabirira *n lino* absent-mindedness.

ddagala *n lino* medicine, cure.

ddala *adv* indeed, exactly, thoroughly.

ddalu *n lino* madness, craziness, rebellious or unacceptable behaviour; *kugwa ddalu*: go mad.

ddambya *n ono* "off-day"(weatherwise), when white ants are not likely to fly (opposite of "mugano").

ddamu *vt* answer, reply; repeat.

ddamula *n ono* sceptre; the Katikkiro's stick, a symbol of his power.

ddebe *n. lino:* tin continer, usually with a capacity of 4 gallons of liquid.

ddekende *n. lino:* aroma, the sweet smell of something edible.

ddembe *n. lino:* peace; freedom; liberty; (human) right.

ddene *n.* (no plural) the high road; *kwessa mu ddene*: set out on a journey. 2 *adj.* big, enormous

ddenge *n. lino:* small blowing horn; whistle.

ddiba *n. lino:* animal skin; outer covering.

ddi *adv* when?; *Okuva ddi na ddi*: Since time immemorial.

ddibu *n lino* gap, esp. in the gum where tooth has fallen out.

ddigobe *n lino* well-prepared *matooke* mash.

ddiimuula *n ono & adv* volley style; *kukuba/ kusamba*

ddiimuula: kick long flying balls.

ddiini *n eno* religion; faith; denomination; spiritual practice.

ddinda *n lino* hem; edge of a dress.

ddira *vt* 1. take and use 2. return to.

ddirisa *n lino* window.

ddobo *n lino* hook.

ddogo *n lino* witchcraft; charm.

ddolera *n lino* a trick on one's vision; *kukuba ddolera*: deceive a person's eyes.

ddookooli *n lino* adam's apple.

ddoowo *n lino* sweet smell; aroma, scent.

ddu *adv* completely (full); with a thud.

ddubi *n lino* depth of the lake; difficult and dangerous position.

ddubu, ndubu *n eno* bear (the animal).

dduka *vi & t* run; flee from; *Dduka ekibabu:* Flee from danger.

ddukundu *n lino* extension to a structure.

dduma *n & adv lino* (com. in pl.: *maluma*): lack of sauce; without sauce.

ddungu *n lino* deserted; isolated, uninhabited land.

ddungu *n ono* the patron god or spirit of hunters; *Ddungu owange ayizze* : (lit.: my own

Ddungu has hunted): I am in luck.

dduuka *n lino* shop, general provisions store.

ddwaddwaddwa *adv* noisily and indiscriminately.

ddwaliro *n lino* hospital, clinic, health centre.

ddwaniro *n lino* battleground.

ddya *n lino* (of a woman) marital home; marriage.

dembuka *vi* become extremely plentiful.

dembula *vt* buy or obtain cheaply.

diba *vi* lack a market (of goods); fail to impress in a marriage (of a woman).

dibaga *vt* mess up; cause confusion (in a plan or a process).

digida *vi* rejoice or feel good quietly.

diibuuda *vt* use extravagantly.

diima *vt* drive at speed.

diimuula *vt & i* 1. drive at a high speed 2. kick a flying ball.

dooba *vi* suffer deprivation; fall upon hard times.

dobonkana *vi* go awry; go wrong (of a plan or project).

dondola *vt* buy at a very low price.

doodooma *vi* emit a deep, hollow sound.

dududma *vi* rumble, like thunder.

duma *vi* run, take off at great speed (esp. without a definite destination).

duubuuda *vt* use extravagantly.

duukuuma *vi* be anxiously eager (?).

duula *vi* boast.

duuluka *vi* boast extravagantly.

duuma *vi* grow uncontrollably fast.

duumuula *vt* dish out extravagantly; kick a high flying ball.

E e

e! interj expression of surprise or annoyance.

kw –ebagajja *vt* heave and carry a heavy object.

kw –ebagala *vt* ride (e.g. a donkey).

kw –ebaka *vr* sleep.

kw –ebaza *vi & t* thank; be grateful; appreciate.

kw –ebba *vr* escape; slip away.

kw –ebeera *vt* avoid a situation.

kw –ebejjagala *vi* belch.

kw –ebereka *vt* ride on the back of (e.g. a horse).

kw –eberengula *vi* (of the sun) blaze hotly.

kw –ebigula *vr* walk with a thrust in the behind.

kw –ebiriga *vr* gambol move playfully around.

kw –ebonga *vr* spin; turn on the spot.

kw –ebuga *vr* run around excitedly or in agitation.

kw –ecanga *vr* get worked up.

kw –ecankuula *vr* behave unexpectedly; get worked up.

kw –ediima *vi* go on strike; boycott work.

kw –edomola *vr* happen or develop conspicuously.

ee! *Interj* yes; sound of consent.

e -e *interj* intensifying sound: "and so".

ee -e *interj* expression of discouragement: "come off it".

kw –efaanaanyiriza *vi & i* imagine; look like.

kw –efiisa *vr* mortify oneself; practise self-discipline.

kw –efulukuta *vi* make a show of being busy.

kw –efuumuula *vi* show off.

kw –egaana *vt* deny or disown.

kw –egalika *vr* turn or lie upside down.

kw –egazaanya *vr* spread out and make room for oneself.

kw –egeka *vt* lean (an object) against (e.g. a wall).

kw –egeza *vi* practise; exercise.

kw –eggunda *vr* fall heavily; make a heavy deep sound.

kw –eggya *vr* satisfy oneself completely.

kw –egira *vr* pretend; put on airs

kw –egiriisa *vr* move around recklessly.

kw –egolola *vr* stretch oneself; lie straight out.

kw –egoota *vr* put on airs; be smug.

kw –egugunga *vr* riot; cause a disturbance.

kw –egumya *vr* show false courage; pretend to be brave.

kw –eguya *vi* subject oneself to someone's authority.

kw –ejaga *vr* wait with joy and excitement.

kw –ejalabya *vr* live in luxury; wrap oneself in comfort.

kw –ejeeguula *vr* disgrace oneself (with unbecoming behaviour).

kw –ekaba *vr* wear a hard, angry look.

kw –ekakaba *vi* make an effort.

kw–ekalakaasa *vr* move around angrily or challengingly; hold a demonstration.

kw –ekanga *vi* be startled; be shocked.

kw –ekebakkeba *vt* pay close or exabberated attention to.

kw –ekebejja *vt* inspect; thoroughly examine.

kw –ekemba *vr* brace oneself (for a hard task).

kw –ekengera *vt* beware of; wekengere mukenenya: beware of HIV.

kw –ekiika *vr* lie across; be a stumbling block.

kw –ekiina *vr* deceive oneself; day-dream.

kw –ekiiya *vr* behave coyly.

kw –ekirikijja *vi* be attentive.

kw –ekoba *vr* make a pact.

kw –ekobaana *vi* conspire with a group of people.

kw –ekola *vt* denounce or curse the evil (of a person).

kw –ekolobola *vr* be or become dangerous and threatening.

kw –ekubagiza *vr* feel sorry for oneself; sulk.

kw –ekukuma *vr* lie low in hiding.

kw –ekulubeesa *vr* behave ingratiatingly.

kw –ekuluntaza *vi* be full of false self-importance.

kw –ekuluumulula *vi* (of people) gather in large numbers.

kw –ekunkumula *vr & t* 1. shake (dust) off oneself; 2. express wonder or surprise (at a person's behaviour).

kw –ekuza *vi* be or become proud or arrogant.

kw –ekwata *vt* book or reserve (a place or an object).

kw –emagaza *vr* be left with nothing.

kw –emala, kw –emalirira *vs* be independent or self-sufficient; stand on one's own.

kw –emaza *vi* be left with nothing.

kw –ememula *vi* shine out brightly.

kw –emiisa, kw –eminsa *vi* eat or drink with relish.

kw –emoola *vr* put on affected looks.

kw –emulugunya *vi* complain; grumble.

kw –emulula *vr* quietly disappear; slip away.

kw –ennyamira *vr* feel depressed.

kw –ennyula *vr* have enough of; be done with an activity.

kw –enyinyala *vt* show disgust towards; be disgusted with.

kw –enyinyimbwa *vr* put on a disgusted expression.

kw –enyoola *vr* twist around; struggle (with).

kw –enuguuna *vr* savour the taste of something sweet.

kw –epanka *vr* be full of stupid self-importance.

kw –epena *vt* dodge; kwepena: a little girls' game when they try to dodge a ball aimed at them.

kw –ereega *vi & r* stetch (oneself) out; engage in confrontation.

kw –erema *vi* refuse flatly.

kw –ererejja *vi* indulge in noisy strife.

kw –erijja *vr* strive; struggle pointlessly.

kw –erindiggula kw –erinnimula *vr* (of a person or object) fall heavily.

kw –erogoosola *vi* utter a lot of nonsense; prate.

kw –erogozza *vr* prattle ignorantly; talk about things one knows nothing or little about.

kw –erumika *vi* bleed from the nose.

kw –esaasaabaga *vi* smart and chafe at an injury or an injustice.

kw –esasa *vr* scatter, disperse in consternation.

kw –eseebulula *vr* quietly slip away; secretly withdraw.

kw –esinsimula *vr* shake off shock or foreign bodies.

kw –esiira *vr* walk in a slow, pretentious or affected style.

kw –esisiwala *vr* shudder with shock; be startled.

kw –esittala *vr* stumble; be scandalized.

kw –esulubabba *vr & t* distance oneself from; keep one's distance.

kw –esunguusula *vr* sulk; behave sullenly; refuse to cooperate.

kw –eswalinga *vi* flit around without dignity.

kw –eswanta *vi* smack one's lips at something good to eat; eagerly seek out prey.

kw –eteteggula *vi* speak indiscriminately.

kw –etigoonyola, *kw* – etogoonyola *vr* writhe; wriggle.

kw –etikka *vt* carry, esp. on the head.

Kw –etinkuula *vr* turn oneself inside out.

kwe –etonda *vi.* apologize, say sorry.

kw –etondeka *vi* stand prominently (esp. on top of something).

kw –etooloola *vi* go round; turn round; surround.

kw –etowaza *vr* be humble; humiliate oneself.

kw –etuga *vr* hang oneself; commit suicide.

kw –etugga vr. shrink; become narrower or shorter.

kw –etulinkiriza *vr* arrogate rank or responsibilities to oneself.

kw –etulumula *vi* express great anger.

kw –etwala *vr* rule oneself; be independent.

kw –ewaayo *vi* offer oneself; volunteer.

kw –ewaga *vr* boast of one's strength; throw out a challenge.

kw –ewala *vt* avoid.

kw –ewalaawala *vr* propel oneself along.

kw –ewaza *vr* strive; make an effort.

kw –ewulira *vi* be proud or arrogant; adopt superior airs.

kw –ewuuba *vi* sway; swing; move to and fro.

kw –ewuunaganya *vr* mumble to oneself.

kw –eyabiza *vr* feel free with; confide in.

kw –eyabya *vr* have an easy bowel movement (as when relieved from constipation).

kw –eyagala *vi* enjoy life; feel good about oneself.

kw –eyama *vi* pledge; solemnly promise.

kw–eyamba *vr* 1. help, attend to oneself; 2. relieve oneself.

kw –eyubula *vr* (of a snake) slough; throw off an old skin.

kw –eyuna *vt* seek assistance from (someone).

kw –eza *vt* get or have in plenty.

kw –ezooba, *kw* **–ezoota** *vi* carry out a vigorous and determined fight.

kw –ezza *vt* quietly take over; secretly acquire.

F f

fa *vi* 1. die; be overwhelmed by; *Yagwa mu maaso g'abako ne tufa ensonyi.* He fell before the in-laws and we were overwhelmed with embarrassment. 2. fail to give fruit or desired results; *Kasooli w'omwaka guno yafa nnyo*: The maize this season yielded very little; 3. concern; be of relevance to; *Amawulire agafa ku kulonda*: News concerning the election; *Agafaayo?* (form of greeting, usually pronounced: *agaffaayo*): What news?

fa *v aux* do for the sake of doing; *Fa gatuukaayo olabe*: Just get there and see.

faabiina *vi* toil hard.

faafaagana *vi* struggle.

faakuuza *vi* slouch through (e.g. a bush or patch of grass).

faanana *vi & to* be similar; look alike; resemble.

faayo *vi* care; be concerned.

feeba *vi* lose value or quality; depreciate.

feedemba *vi* make a concerted effort; struggle.

feekeera *vi* breathe heavily.

feesa *vi* draw in a mucous-clogged breath.

feffetta *vi & to* mount a concerted search; seek out.

fenkenya *vt.* eat greedily; consume voraciously.

ffaaya *adv.* in one go; in one full swoop.

ffalanga *n eno (or lino)* franc; Rwanda currency foreign coin.

ffampa, ppamba *n ono* cotton.

ffekka *pron num* we only; we exclusively.

ffene *n on* jack fruit.

ffirimbi *n eno* whistle.

ffitina *n eno* jealousy; ill-will.

ffukuzi *n lino* guinea pig; mole.

ffuluku *n ono* expert; virtuoso.

ffulungu *n lino* 1. tree bird with a shiny bright blue plume; 2. (cloth) velvet.

ffunduukululu *adj* all out; totally uninhibited; thorough.

fikka *vi* be left over; remain.

footooka *vi* be crushed into a pulp.

fu *adj* dead; invalid.

fuba *vi* **persevere;** keep trying.

fubitika *vt* force (an object) suddenly inside.

fubutuka *vt* dash out.

fudemba *vt* rain endlessly.

fufuggala *vi* become crumpled.

fuga *vt* govern, rule, reign over, control.

fugika *vt* ritually dispose of the afterbirth; *Omwana omulenzi bamufugika ku mbidde*: A male child's afterbirth is disposed of at a *mbidde* banana tree.

fugula *vi & t* treat with contempt; interrupt with rude noises. *vi* **bark** or emit threatening noises.

fuguma, fukuma make noise like that of a pig.

fujja *vt* spit; spit out; idiom: bamufujja lulusu: they will never forget her/his mistreatment

ffujjo *n. lino* unruly behaviour; lack of discipline; riotousness.

fuka *vi & to* 1.urinate; 2. pour out.

fukamira *vi* kneel.

fukula *vi & t* burrow; dig up.

fukuma *vi &v t* same as *"fuguma"* above.

fuluka *vi* (of insects) abandon a nest; (of ability, endowment) lose power.

fuma *vi & vt* 1. fade; lose colour or glitter; 2. tell an old story; recall old memories; lack completely; *Ffe sukaali tufuma mufume*: We have no sugar at all (lit: for us sugar is only a remote memory).

fumba *vt* cook; prepare a meal; (of a woman) maintain a marriage.

fumbafumba *vi* play at house keeping.

fumbekera *vi & to* be full of; fill (a given container or space).

fumbirwa *vi & t* (usually of a woman) marry; get married .

fumbukuka *vi* gush out; flow out powerfully.

fumbukula *vt* emit strongly.

fumita *vt* pierce; wound with sharp pointed object.

funda *adj* narrow; restricted.

funda *vi & aux* 1. become narrow; be restricted; 2. stop at; be limited to.

fungalala *vi* get warped; lose shape.

fungiza *vi* roll up (e.g. one's sleeves) for a serious job; make a serious effort.

fungula *vt* uncover; raise clothes (off the body).

funkunya *vt* same as *"fenkenya"* above.

funtula *vt* deal a heavy blow.

funvubira *vi* make a determined effort; try very hard.

funya *vt* fold; curl.

fuŋŋama *vi* fill an area or a container.

futubbala *vi* pose arrogantly; show a proud attitude.

ffutwa *n lino* envy; malice.

futyanka *vt* debase; treat with negligence.

fuuka *vi & to* change; become; develop into.

fuukuuka *vi* become disturbed; turn stormy; *Ennyanja efuukuuse*: The lake has turned rough (i.e. there is a storm over the lake).

fuukuula *vt* disturb; dig up; burrow.

fuumuuka *vi* blow in the air; run at great speed.

fuuwa *vi & to* blow; blow upon; affect; *Empewo emufuuwa*: He is feeling cold (lit: the air is blowing upon him).

fuuweeta *vt* 1. smoke with relish; *Afuuweeta sigala*: S/he is smoking a cigarette; 2. speak fluently; *Omukadde afuuweeta oluzungu*:

G g

ga- *pref* 1.exaggerative class prefix, e.g. *Gasajja ganene*: They are giants (lit: enormously huge men); 2. verbal prefix, suggesting "*maanyi*", or "for the sake of", depending on the context; *Sirina gagenda*: I do not have the energy, inclination, to go; *Mala gasoma*: Just read for the sake of it.

gaala *vt* (used disparagingly) open or stretch out wide.

gaana *vi & t* refuse; deny; prevent.

Gaba *vt* donate; distribute; give out; divide.

gabattukana *vi* move or act clumsily.

gabira *vt* present (a gift) to; 2 distribute among.

gabirira *vt* feed regularly; take care of the needs of.

gabula *vt* serve a banquet.

gaga *vi* (of cooked food) go sticky and stale.

gagala *n ono* clutter.

–gagga *adj* rich

gaggawala *vi* become rich.

gajambula *vt* tear at flesh with the teeth; bite greedily into (flesh); attack savagely.

galabanja *vt* neglect; treat irresponsibly.

galabaya (?) *vi* lack energy to perform; lose power.

galangatana *vi* be disorderly; work unsystematically.

galula *vt* raise (a weapon) to attack.

gamba *vi & t* say, utter; tell; inform.

gambulukuka *vi* (of a glued object) come unstuck.

ganga *vt* treat; heal; *Omuganga tiyeganga*: A healer does not heal himself.

gaŋŋalama *vi* lie helplessly.

gaya *vt* despise; regard without respect; underestimate.

gaziwa *vi* grow wide; spread.

gejja *vi* grow fat; put on weight.

genderera *vi & t* 1. gradually sink into a state; 2. do deliberately; intend; target; *Sigendereredde*: I did not intend that (a form of apology: "sorry").

gera *vt* measure; estimate; tell a story; use a proverb.

geraageranya *vt* compare; imagine.

gereesa *vi* joke; speak in parables.

geregeza *vi* display an unwashed face (with traces of overnight sleep).

gereka *vt* arrange; organize.

gerekera *vi* (of teeth) grow on top of one another.

gerengetanya *vi & t* improvise; ingeniously set up.

getaageta *vt* curl; fold carelessly.

geza *v aux & t* 1. dare, try; 2. test; experiment with.

gezaako *vi & t* try, attempt; make an effort.

ggaamu *n ono* glue, gum.

ggabogabo *adj & n lino* (of the moon) full; full moon.

ggama *n eno* mug, esp of the enamel type.

ggego *adj & n lino* molar; molar tooth.

ggete *n lino* inappropriateness; improper act.

ggezi *n lino* alertness; smart move; intelligence; presence of mind.

ggongolo *n lino* millipede; centipede.

ggono *n lino* smoothness of voice.

ggudu *n ono* kind of giant edible mushroom.

ggufa *n lino* bone (esp in a piece of meat).

ggugu *n lino* marsh grass.

gguka *vi* be unblocked; open up; arrive (at); lead to; *Ekkubo lino ligguka e Ggayaaza?*: Does this road lead to Ggayaaza?

ggula *vt* open; unblock.

ggulu *n lino* 1. heaven; the sky; 2. lightning; thunder.

ggulubu *adv* (moving) shakily and heavily.

gguluddene *n ono* nickname for the elephant.

ggulumu *n lino* high bank; dam.

ggumba *n lino* bone.

ggume *n lino* sullenness; surliness.

ggunda *vt* hit with a heavy blow.

ggwanga *n lino* nation; tribe; ethnic group; foreign territory.

ggwángá *n lino* grudge; vendetta.

ggwangamujje *n eno* drumbeat signalling danger.

ggwaatiro *n lino* area (esp within a banana garden) where bananas are peeled.

ggwe *pers pron* you (sing).

ggwekerera *vi* dress very elegantly; be dressed up to the nines.

ggwerera *vi* wear out; run low; fizzle out.

ggya *vi* be or become properly cooked; be burnt out; *Enju zaabwe zaggya omuliro*: Their houses were burnt out by fire.

ggyá *vi* take out; pluck out of the ground.

giginala *vi* stick out clumsily.

gimu *adj* fertile; productive; healthy-looking.

gindi *adv* such-and-such a place; out there.

gira *vt & aux* 1. exhibit; show off; 2. gear up and (do); *gira ogende*: get up and go.

goba *vt* 1. chase; chase away; dismiss; divorce (a wife); 2. defeat (an opponent); win a (match).

gobaganya *vt* hound out; persecute.

goberera *vt* follow; go after; fetch.

gobolola *vi* profit; benefit greatly.

gogola *vt* clean out (e.g. a clogged stream or well).

golola *vt* stretch; straighten out.

golomola *vt* move forward; launch; start a canoe.

golongotana *vi* have disturbing dreams.

gonda *vi* be or become soft; be submissive.

gondera *vt* submit to; humble oneself before (a superior).

gongobala *vi* get dented; become crippled.

googoota *vi* struggle desperately.

gootaana *vi* go wrong; go awry.

goya *vt* 1. mash; mix and stir a thick substance (like thick porridge); 2. cause extreme weakness in (a person); *Omwenge gumugoya*: Drink has incapacitated her/him.

gozoobana *vi* go drastically wrong; go awry.

guba *vi* become hardened (as with constant trampling); become besmirched (with dirt or grime); become incorrigible.

gubaasira *vi* be covered in dirt or grime.

gubu *adj* soiled beyond recovery.

gudula *vt* down a drink with hard swallows.

gudumala *vi* sit around without purpose; sit clumsily about.

gugumuka *vi* be startled into movement or flight; flee in disarray.

guguna *vt* nibble on.

gujumbula *vt* tear at (e.g. a piece of meat) greedily with the teeth.

gujuubana *vi* get greedily excited over food.

gula *vt* buy; purchase.

gulika *vt* cast a spell over the mind; make (someone) an idiot.

gulugulu *adj & adv* tight; thoroughly firm; firmly.

guluka *vi* jump around; move carelessly.

gulumba *vi & t* be unsettled; be upset; *Olubuto lungulumba*: I have an upset stomach.

gulumira *vi* rise up high; rise to a great height; *Olusozi Gambalagala lwagulumira*: Mount Gambalagala [Ruwenzori] rises to a great height.

gulumiza *vt* exalt; revere; hold in very high esteem.

guma *vi* 1. be strong; be brave; be firm; endure; 2. last long; persist.

gumba *adj* barren; sterile; unproductive; *Omusajja oyo mugumba*: That man is infertile.

gûmba *vi* camp (at a place); set up a temporary settlement.

gumbawala *vi* become barren; fail to produce or have children.

gumbulukuka *vi* disband; scatter.

gumbulula *vt* disperse (a crowd).

gumiikiriza *vi & t* be patient; tolerate; put up with.

gunda, gundagunda *interj & vi* (used exclusively in addressing the kabaka) long live.

guumaaza *vt* deceive; give false comfort.

guumiika *vt* ambush; lie in wait for, take cover.

guunya *vt* hurt internally or secretly.

gwa *vi* fall; drop down; collapse.

gwagwa *adj* depraved; wicked; evil.

gwagwawala *vi* become depraved; be perverted.

gwengera *vi* become an imbecile.

gwenyufu *adj* morally, esp sexually, depraved; prurient; obscene.

gwenyuka *vi* become morally depraved.

gya *vi* 1. fit; 2. (rare) go; *Awerekera ensangi tagya nayo*: One who escorts one's beloved does not go with her/him.

H h

H the strong aspirated "h" sound is rare in Luganda speech. Even in borrowed words it tends to be dropped or silent (e.g. "edimasita", for "headmaster"). It may be heard in the exclamations below.

ha! *Interj* exclamation of surprise or amusement.

ha –ha! ha –ha-ha! *Interj* exclamation suggesting laughter.

he! *Interj* exclamation of surprise, or laughter

he-he-he! *Interj* exclamation suggesting laughter.

hoo! *Interj* exclamation suggesting bewilderment or anger.

I l

i in standard Luganda orthography, the vowel "i" is rare at the beginning of words. where the sound is heard, the reader should look for the word under "y" (e.g. "yiga", heard as "iga"; "yimba", heard as "imba")

i! *interj* exclamation of surprise or doubt; also used in narrative to suugest continuity e.g. *i! nga bagenda:* and so, they went.

iiii! *Interj* exclamation of surprise and wonder.

J j

jaagaana *vi* feel good; be satisfied with oneself.

jaajaama *vi* become degraded by being spread far and wide; cheapen.

jabagira *vi* (of a situation) become complicated.

jabiriza *vi* talk fast and cunningly; prattle.

jabula *vt* make a quick selection; present selectively.

jagalala *vi* stand or stick out conspicuously.

jaganya *vi & t* rejoice; celebrate.

jaguza *vi* celebrate; observe a joyous event or occasion.

jajjatta *vt* flatter; deceive with false praise.

jama *adj* dirty; unclean.

jamawala *vi* become dirty.

jambula *n ono* plumlike fruit with a sweet tangy taste; tree bearing this fruit.

jangu *vi (imperative)* come; come here (sing).

jegemera *vi* speak with a weak and trembling volice.

jejemba *vi* utter nonsense.

jerebera *vt* become soggy or overcooked; *Omuceere gujerebedde:* The rice has gone overcooked and soggy.

jigija *vt* hurt with a throbbing, piercing pain, as of a thorn lodged in the foot.

jiijiira *vi & t* 1. cry out in pain; 2. hurt with a sharp pain.

jimba *vt* (of a pain) seize with a paroxysm.

jinga, jingajinga *vt* fabricate; counterfeit; *Ababbi bajingajinga ssente*: The thieves make counterfeit currency.

jja *vi & aux* 1. come; arrive; 2. (indicating near future) will, shall; *Mujja kulima kasooli*: You will grow maize.

jjajja *n ono* grandparent (male or female); note the forms: *jajjange, jjajjaawo, jajjaawe, jajjaffe, jajjammwe, jajjaabwe*: my, your, her/his, our, your, their grandparent.

jjamba *n lino* provision; resource; money; *Mujjanga n'ejjamba mu nsawo*: Bring some contribution (lit: come with something small in the pocket).

jjambo *interj & n eno* 1.(greeting) how are you?; 2. greeting.

jjambula *n ono* tree with black berries with a tangy taste; fruit of this tree.

jjanga *n lino* chronic trachoma infection; permanently running eyes.

jjapani *n ono* rough cream or white calico cloth (formerly imported from japan).

jjembe *n lino* 1. horn; 2. a charm (supposed to be a potent spirit fixed inside a horn).

jjejjerebu *adv & n ono* delightedly; (with) quiet contentment and celebration; satisfaction with events; *Oluwummula lutuuse abaana bakuba jjejjerebu*: The holidays have come, the children are delighted.

jjengo *n lino* wave; *Amazzi g'ennyanja mayengo*: The lake waters are waves.

jjenjeero *n lino* overabundance; cheap availability.

jjerengesa *n lino* a shrub with long flexible stems used for making baskets; wattle.

jjiba, jjuba *n lino* dove, esp of the variety with a black ring round the neck.

jjiija *n ono* needle-leaved lawn grass.

jjiiko *n eno* spoon; *kukuba jjiiko*: cook professionally, esp by frying.

jjimbi *n lino* burr; bristle on a leaf. Grudge: baseka n'ejjimbi ku mwoyo.

jjindu *n lino* spur on a rooster's leg.

jjingirizi *n lino* reckless abandon; exaggerated enthusiasm.

jjiribwa *n eno* tight grip; (carpenter's) vice.

jjirikiti *n lino* thorny flame tree.

jjirikooti *n eno* heavy overcoat; greatcoat

jjo *adv & n lino* 1. yesterday; (occasionally) tomorrow; *ndijja jjo*: I will come late tomorrow; 2. day next to today, whether in the past or in the future.

jjoba *n lino* tuft of hair remaining in the middle of an otherwise completely shaven head.

jjobyo *n lino* green vegetable with small bitter leaves and a white flower.

jjolobera *n lino* elaborate decoration; embellishment (often pl: "*majjolobera*").

jjolyabalamu *adv & n lino* recently; not so long ago; the other day.

jjoogo *n lino* contemptuous behaviour; disrespect.

jjoola *n eno* big roll of cloth.

jjoowoowo *n lino* long, loose coat, often elaborately decorated; gown.

jjovu *n lino* foam; froth; lather; *Omulwadde abimba jjovu*: The patient is foaming at the mouth.

jjoyerezi *n lino* evil attraction or inclination.

jjuba *n lino* same as "*jjiba*" above.

jjukira *vi & t* remember; call to mind.

jjula *vi* fill; be filled

jjula *vt* serve a meal; lay out; inaugurate.

jjulula *vt* transfer.

jjulume *n ono* fit if insanity; state of irrationality; sudden opposition; rebellion; *Beesuddemu jjulume ne bazira omukolo*: Seized with a sudden spirit of rebellion, they have boycotted the ceremony.

jjumula *n ono* wholesale; collective deal.

jjuule *n ono* dilute drink; watery drink.

jjuuliriza *vt* complement; supplement; give additional material or information.

jjuuni *n lino* water yam.

jjuuzi *adv & n lino* recently; some time ago.

jjuvu *adj* full; entire; complete.

jjuza *vt* fill; complete.

joboja *vt* utter or speak indistinctly.

jogolijjogoli *n ono* pandemonium; confused noisy talk.

jogoolikana *vi* engage in noisy, disorderly talk.

jojoolikana *vi* same as "*jogoolikana*" above.

jolonga *vt* mistreat; handle with disrespect; abuse.

jooga *vt* treat without respect; fail to give due honour.

joona *vt* make clay vessels.

joonyesa *vt* torture; mistreat; abuse; *Abazadde abamu bajoonyesa abaana baabwe*: Some parents mistreat their children.

jugumira *vi* shiver; tremble; show fear.

jugumula

jula *vt* lack; feel deprived of; miss; *Sirina kye njula*: I lack nothing.

julira *vi* 1. appeal (as in a court case); 2. give evidence; testify; give testimony.

julirira *vi & t* regret; miss something previously neglected.

juliza *vt* appeal to; invoke as a justification, quote.

jungulula *vt* dilute; debase the value of (an idea or a statement).

juujuumuka *vi* come up or grow strikingly fast.

juuka *vi* flare with anger; take and express serious offence.

juza *vt* deny or deprive of; refuse to give (one) one's right.

jwaluka *vi* be suddenly torn.

jweteka *vt* make up false accustions (against someone).

K k

ka *adv eno*: home; at home.

ka *vt and aux* (short for *leka*) let, allow that; ka ndabe: let me see.

–ka *adj* concentrated; strong; (as intensifier) extreme; *omwenge muka*: The beer is strong; *mulungi muka*: extremely beautiful.

ka – class *pref* suggesting diminutiveness, hardness or elegance; *kawala*: little girl.

kaaba *vi & t* cry; wail; lament; *yakaaba amaziga aga julujulu*: she cried a flood of endless tears.

kaabuga *vt* build or set up tentatively.

kaabuuyi *n ono*: tenderloin

kaada, kaadakaada *vi* strut around; stride about.

–kaafiiri *adj.* pagan; indecent.

kaafuwala *vi* become a pagan; stop practicing one's faith.

kaaka *vt* strain; dislocate.

kaakano *adv* now.

kaakati *adv & interj* now.

kaalaama *vi* (of day or time) get late and hot; become angry; shout harshly.

kaalakaala *vi* walk around threateningly.

kaamá *n kano* a whisper; *Jangu nkukube akaama*: Come and I whisper into your ear (lit: "I beat you a whisper").

kaâma *n ono* a wild crawling yam, whose tuber is eaten only in times of famine.

kaamuje *n ono* squirrel.

kaamukuulo greedily; voraciously.

kaamulali *n ono* pepper, especially of the red chili type.

kaamwaka *n ono* thin smooth caterpillar appearing early in the major rainy season (March-April).

kaanya *vt* tear pieces from (e.g. a lump of millet bread).

kaanyaamu *vi* raise one's voice in reproach or scorn.

kaasa *n ono* insect like a safari ant, but not gregarious.

kaasammeeme *adv & n kano* very fast; (at) extremely high speed.

kaati *adv* openly; publicly; *Kati twogera kaati*: Now we speak openly.

kaatuuka *vi* become overfermented.

kááwa *n ono* ground coffee.

kââwa *vi* be or become bitter or sour; get angry or dangerous.

kaawuula *vt* drink or swallow a drink with difficulty.

kaayuukana *vi* (of vegetables) lose flavour with overcooking.

kaazakaaza *vt* harass.

kaba *n kano* the lower jaw-bone (esp when preserved in funeral rituals).

kaba *adj* lewd; sexually loose; lustful, promisicous.

kabaata *n kano* a skin disease causing black patches on the face.

kababba *n kano* noisy defiance.

kabada *n eno* cupboard.

kabaka *n ono & interj* king; emperor; supreme ruler; kabaka!: an exclamation of surprise or excitement.

kabala *vi & i* dig; plough a field.

kabambaggulu *n ono* chest hair.

kabangali *n eno* a truck; pick up vehicle.

kabasa *n kano* danger; trouble.

kabassana *vi* be extremely busy; be harassed or troubled.

kabba *n eno* the yoke of a garment.

kabbinkano *n kano* rough and tumble; hustle and bustle.

kabbira *n ono* master thief; *kabbira baamutema ekyambe*: The master thief was cut with a huge knife.

kabeddwa *adj* huge and heavy.

Kabejja *n ono* the second wife (in a polygamous home).

kabekasinge *adv* probably.

kabi *kano* danger.

kabiga *n kano* blaze; huge fire; conflagration, furnace.

kabina *n kano* buttocks; a person's behind, (esp of the protruding type).

kabirinnage *adj* beautiful; strikingly good looking.

kabirirwa *vi* be oppressed or depressed.

kabogolole *adj* enormous.

kaboleredde *adv* deeply or soundly (in sleep); okwebaka kaboleredde: to slumber deeply.

kabombo *n kano* a creeping plant with tiny turgid leaves used in medicines and rituals.

kabona *n ono* priest; senior spirit-medium; guardian of a shrine.

kabonero *n kano* sign; symbol; mark.

kabootongo *n ono* syphilis.

kabowabowa *n kano* creeper with strong stalks used as binders.

kabu *n kano* a tiny fruit fly.

kabuguumiriro *n kano* sudden excitement.

kabutula *n eno & adj* pair of shorts; large; big.

kabuuti *n eno* overcoat; great coat.

kabuuza *n kano* question mark; *ggyako kabuuza*: It is as you say (lit: take away the question mark).

kabuyonjo *n eno* latrine.

kabwejungira *n ono* the initiator or chief performer of an act.

kabyangatano *n kano* rushed and intensive activity.

kacca *n kano* rude interference; effrontery.

kacupya *n ono & adj* dishonest (person); incongruous (act or object); inappropriate; *Kacupya ng'omunnyu omuliire ku lumonde*: Incongruous like salt seasoning (eaten with) a sweet potato.

kacwano *n kano* danger; risk.

kadaala *n kano* platform.

kadaali *n ono* a thorny shrub with needle-like leaves that usually grows in marshes; a tiara-like head decoration.

kadalidali *n kano* septic sores on the toes.

kaddannyuma *adv & n kano* backwards; in reverse.

kadde *n kano* (us. pl. *budde*) moment; time; weather; *obudde buzibye*: Night has fallen (lit: the time has become night).

kaddiŋŋana *adv & n kano* repeatedly; repetitiveness.

kaddiwa *vi* become or grow old.

kaddugala *n ono & adj* black person; extremely black.

kaddulubaale *n ono & adj* first wife (in a polygamous family).

kadduwannema *n ono & adj* lame (person).

kade *n eno* woman's work garment; cheap coarse material.

kade *n kano* little bell; doorbell.

kadingidi *n kano* tube fiddle;

kadoma *n ono* dwarf bees; small honey-making insects often making their nests in mud walls or ant mounds.

kadomola *n kano* small plastic liquid container; herbal concoction (usually carried in such containers).

kadòngo *n* (us. pl. *budongo*) **wet** mud used as wall plaster in building.

kadóngó *n kano* small musical instrument; thumb piano.

kadongokamu *n ono* (lit: single little guitar) type of music played on the guitar and other western instruments but in a strongly indigenous Kiganda style.

kadubudubu *n kano* grudge; ill-feeling.

kaduukulu *n* jail, prison

kafakunaaye, kafankunaaye *n ono*

rubbish; dirt.

kafecce *n ono* black pudding (cake made of goat's blood).

kafulu *n ono* expert performer; dangerous person.

kafumbe *n ono* types of weed and shrub often found in gardens.

kafuufu *adv* very fast.

kafuumuulampawu *n ono* month of April, also called muwawu (when the edible Mpawu white ants fly out of their nests) .

kaga *vi* walk proudly.

kagenderere *adj & adv* without return or recovery.

kageregere *n kano* wormy infection in the feet.

kaggereggere *adv* stealthily; on tiptoe.

Kaggo *n ono* ruler of the central county of Kyaddondo.

kaggo *n kano* whip; cane; small stick.

kaggoggo *n ono* person fond of caning others; love of, inclination towards caning people.

kagiri *n ono* a weed with tiny leaves and strong roots, difficult to pull out of the ground; difficult task; harsh treatment; id: *Omusomesa abaana abakooza kagiri*: The teacher subjects the children to harsh treatment.

kagogo *n kano* (of women or girls) a clapping of thighs as a form of insult or contempt; *okukuba akagogo*: insult with a clap of the thighs.

kagolo *n kano* (often pl: bugolo) snuff.

kagondogondo *n kano* (often pl: bugondogondo) spots on the skin.

kagoogwa *n kano* (often pl: bugoogwa) sisal; ali ku kagoogwa: he is tied up (i.e. arrested for an offence).

kagubiiru *n ono & adj* hardened and immune (to pain or shame).

kagugumuko *n kano* riot; disturbance.

kagulumu *n kano* hump; slight rise on the ground.

kagutema *n ono* chief brewer; originator of an idea.

kajabangu *n kano* craziness; unpredictable behaviour.

kajanja *n kano* rude familiarity; self-advertising loquacity.

kajenjebule *n kano* crude interference or meddling.

kajiiko *n kano* small spoon.

kajingo *n ono* god (regarded as the arch-craftsperson).

kajjampuni *n ono* a weed whose leaves are used to treat wounds.

kajjogijjogi *n ono & adj* a lot; a large number.

kajonjo *n kano* (often pl: bujonjo) exudation around the eyes (on waking up).

kajoogojoogo *n kano* insolent contempt.

kaka *vt* force; compel.

kakanyala *vi* become hard or rigid.

kakasa *vt* confirm; make sure.

kakata *vi* become firm; be real.

kakeedo *n kano* dried stalk of banana frond, used in basket making.

kakensa *n ono* expert; knowledgeable person.

kakete *n kano* a short skirt, worn as an undergarment.

kakoba *n ono* strip of beard.

kakobe *n ono* the colour purple; *olugoye lwa kakobe*: The cloth is of a purple colour.

kakobogo *adj* strong and enduring; of excellent quality.

kakodyo *n kano* trick; clever device.

kakofu *n ono* pattern of little dots, esp of black and white.

Kakokola *tondeka nnyuma n ono* fast run; flight; escape; *Omubbi ataddeko kakokolatondekannyuma*: The thief has fled.

kakolwa *n kano* mongoose.

kakommo *n kano* tightly bound bundle.

kakondo *n kano* staple; bolt; small stake; high heel.

kakongovvule *n kano* ankle.

kakookolo *n kano* (in folktales) deformed cancerous creature; face mask.

kakovu *n ono* garden weed with pale blue-green leaves, used in treating eye infections.

kakubaggiri, kakubansiri *n ono* garden shrub with small fragrant leaves squeezed into bath water as a remedy for fever.

kakumirizi *n ono* small clustery shrub.

kakuzzi *adj* grand; big and complex.

kala *vi* dry up.

kalaaca *n kano* raucous support or opposition.

kalabba *n kano* gibbet; the gallows.

kalabula *vt* scratch; scrape the surface off.

kalambala *vi* be or become hard and rigid.

kalanga *vt* fry; roast; torment.

kalangula *vt* (of voice) raise firmly.

kalasamayanzi *n* morning hours, 9.00 – 11.00 a.m.

kale *interj* fine; all right, o.k.

kalebule *n kano* irresponsible talk; slander; libel.

kalege *adv* firmly; insistently.

kalere *n kano* thin strip; (comm pl: "*bulere*".

kama *vt* milk; exploit

kamaala *adj* plentiful; numerous.

kamasu *n kano* trap; mouse trap.

kambe *n kano* knife.

kambugu *n kano* a patch of couch grass; demanding task; *Tibalima kambugu*: they are at loggerheads; They cannot work together.

kambuwala *vi* be or become cruel or harsh.

kambwe *adj* cruel; fierce; harsh.

kamiza *vi* (of a cow) stop giving milk.

kamula *vt* squeeze dry; squeeze a liquid out of.

kamwa *n kano* (human) mouth.

kamwakabi *n kano* evil mouth; prophet of doom.

kamwakoogera *adj & n ono* (emphatic) the very one; the very person; *nze kamwakoogera*: I myself.

kamwano *n kano* shaving blade; razor blade.

Kamya *n ono* special name for the second-born male child after a set of twins.

kana *vt* forcibly demand from; extort.

kanaaluzaala *n ono* origin of trouble; source of conflict.

kanda *vt & aux* 1. knead; massage; 2. try; *Nakanda kumulabula nga tawulira*: I tried to warn him but he would not listen.

kanga *vt* scare; startle.

kangavvula *vt* discipline; reproach.

kangula *vt* raise voice and utter clearly.

kanika *vt* 1. raise (e.g. prices); 2. repair (an appliance).

kankana *vi* tremble; be fraid.

kanuka *vi* (of eyes) be wide open or protruding. 2. bleed from the nose (see kwerumimika).

kanula *vt* open (eyes) wide.

kanya *vi & t* 1. of rain) come down heavily; 2. set one's mind (on something). 3. persist in doing.

kanyinkuuli, kanyiikuli *adj* tiny, very small.

kanyoomonyoomo *n kano* rivalry; mutual contempt; reciprocal disrespect.

kapa *vi* harden; become hardened or tough.

–kapa *adj* lean; without fat.

kapere *n ono or eno* 1. funny person; clown; 2. cloth with small checks.

kapika *vt* decorate or tie up elaborately.

kasaale *n kano* arrow.

kasalabecca *n ono* contentious person; addict to disputes.

kasale *n kano* (in punctuation) slash; stroke.

kase *n kano & ono* very large number; (*ono*) shelled coffee berries.

kaseekende *n kano* flower of the *tteete* grass.

kasendabazaana *n kano* late evening sunshine; last rays of the sun.

kasiriivu *n kano* one hundred thousand, also called "*emitwalo kkumi*".

kasiru *n ono* deaf mute.

kasoobo *adv & n kano* very slowly; (at a) very slow pace.

kasooli *n ono* maize; corn.

kasuka *vt* throw; hurl.

kata *adv* almost; nearly; *Omwana kata afe enjala*: The child nearly died of hunger.

katankira *vt* fill with; cram with.

kateebe *n kano* bog, morass.

kateketwe *n ono* dry spell. from may – early august.

kati *adv* now.

katiiti *n kano* one of the diminutive beads, strung together and worn as waist or neck bands.

katiko *n kano* mushroom; common edible varieties are: *ggudu, kabaala, katundatunda, nakyebowa*.

katinko *n kano* silly sentimentality; exaggerated display of affection; *omukwano ogwa katinko*: sentimental romance or love affair; infantilism.

katinvuma *n kano* shrub with tiny blue and white berries.

katogo *n kano* stew, esp a mixture of staples like bananas or cassava and meat, vegetables or legumes; *Akatogo ka muwogo n'ebijanjaalo*: Cassava and bean stew.

katungulu *n kano* onion.

katunguluccumu *n ono* garlic.

katunkuma *n ono* (pl: *bukatunkuma*) small bitter berries, steamed and eaten as a vegetable.

katuugo *n kano* coconut.

katuuso *n kano* banquet; royal dinner.

katwewungu *n ono* idiot; empty head; confusion in the head.

kawansanzi *n kano* extreme exhaustion; near fainting.

kawozamasiga *adv. & n kano* late night, between 10 p.m. and midnight.

kawulukutu *n kano* painful ear infection.

kawago *n kano* urinal bladder.

kawakuzi *n ono* mindless imitator.

kawawa *n ono* cattle fly.

kawenkene *adj & n ono* dangerous; evil, destructive person; *Kawenkene ng'enjala* *eruma ekiro*: Dangerous like pangs of hunger in the night.

kawo *n ono* a variety of peas.

kawuukuumi *n ono* (pl: *bukawuukuumi buno*) bean weevil.

kawuuwo *n kano* 1. the tail of a snake; 2. steamed banana leaf for covering mashed bananas; *ggyako akawuuwo*: start; launch (lit: remove the cover).

kawuuzi *n. ono* defect in sweet potato tubers; caused by worms.

kayuukiyuuki, kawuukiwuuki *n. kano* shrub with rough round leaves and blue and white flower, whose twigs are often used for brushing teeth.

kazoole *n. kano* temporary madness; sudden seizure of insanity.

kebakkeba, kemakkema *vt.* tempt; try to persuade.

kebera *vt* inspect; examine.

kebuka *vi* turn round; look back.

keera *vi & t* rise or arrive early; arrive in the morning; pay a morning visit.

keewa *vi* decrease; diminish in number or quantity.

kejenge *adj & adv* all (night) through; till morning.

kekekjjana *vi* groan with pain or discomfort.

kekejjula *vt* scrape or slice layers off (an object).

kekera *vi* rattle.

kekkera *vi* 1. speak lazily; 2. lack seriousness.

kekkeyi *n eno* flour sieve.

kema *vt* tempt.

kemba *vt* tie; girdle.

kenena *vi* (esp of a child) degenerate physically; be stunted; waste away.

kenenuka *n kano* drip; separate from dregs.

kenga *vt* detect; cautiously watch; espy.

kiba *n kino* pattern (in a cloth or mat); colour patch.

kibaate *n kino* grave danger; threat.

kibabu *n kino* serious trouble; "hot soup".

kibajjo *n kino* slice; chip of wood; shard.

kibala *n kino* fruit.

kibalangulo *n kino* wooden wedge.

kibamba *n kino* curse; supernatural problem.

kibanyi *n kino* rack for storing food, especially over the fireplace.

kibatu *n kino* palm of the hand.

kibaya *n kino* 1. raft; ferry; 2. baby basket; cradle.

kibbo *n kino* serving basket.

kibbiitu *n. kino* great happening; big gathering of people; important.

kibe *n kino* fox.

kibebenu *n kino*

kibejjo *n kino* ordinary event; (used negatively in the idiom): *kino si kibejjo*: this is no ordinary event.

kibengo *n kino* stomach disorder (chronic constipation), esp in children.

kibi *adj & n kino* 1. bad, evil; 2. sin; offence; wrong-doing.

kibijjigiri *adj* very ugly.

kibira *n kino* forest; thickly wooded area.

kibiribiri *n kino* general body discomfort; being under the weather.

kibu *n kino* meal (breakfast; lunch; dinner).

kibuga *n. kino* city; town; capital; royal seat.

kibululu *n kino* dark atmosphere; area with insufficient light.

kibungu *n kino* toothlessness.

kicupuli *n kino* (*s*lang) fake; counterfeit, false.

kiddukano *n kino* diarrhoea; running stomach; *ekiddukano eky'omusaayi*: (lit: bloody diarrhoea) dysentery.

kiddukiro *n kino* refuge; place of asylum.

kidduko *n kino* group or collective flight from danger; exodus.

kidumusi *n kino* sudden stomach upset.

kifabakazi *n kino* tree with bright red flowers; nandi flame.

kigenge *n kino* leprous patch or sore.

kiggala *adj & n ono* deaf; person.

kiggwa *n kino* major seat of an important *lubaale* (ancestral spirit); place of worship; temple.

kiggweeso *n kino* big gathering; major public celebration.

kigingi *n kino* movable brake.

kigu *n kino* animal trap with suspended weights intended to drop on the quarry.

kigugu *n kino* pillow, cushion, esp the kind made of dried banana leaves tied up in dried strips of banana stem.

kigulumu *n kino* mound; raised piece of ground.

kigwengeregwengere *n kino* demented fool; idiot.

kigwo *n kino* fall; wrestling as a sport.

kiiba *vt* skirt; border.

kiika *vi* take part in deliberations of a public council; appear at court.

kiika *vt* lay or put across; hold on one side; kukiika nsingo: (lit: put one's neck to one side) be discontented.

kiina *vt* address (someone) sarcastically.

kiiya *vt* persecute; pester or torment.

kijjo *adj & n kino* 1. amazing; mysterious; 2. mystery; puzzle.

kijjobi *n kino* occasion of great excitment.

kijjolooto *n kino* rare and puzzling object or event.

kijjukizo *n kino* memorial; souvenir.

kikko *n kino* bottom of a valley; downhill.

kikkowe, kikkoowe *n kino* sigh; *okussa ekikkoooowe*: to heave a sigh of relief.

kiko *adj & n kino* sexually forbidden; private parts.

kikoco, kikokko *n kino* riddle; word puzzle.

kikoligo *n kino* bondage; shackles.

kikolimo *n kino* curse.

kikolo *n kino* 1. base (of a tree); 2. the essential remedy; 3. bottom (of both plant and person, esp a woman).

kikolobero *n kino* disturbing act; unexpected and unbecoming action.

kikomo *n kino* limit; boundary.

kikómó *n kino* copper; bangle.

kikompe *n kino* chalice.

kikompola *n kino* hard-hitting object; missile.

kikookooma *n kino* shrub with soft velvety leaves used as toilet "paper"; toilet paper.

kikopo *n kino* cup.

kiku *n kino* bed bug.

kikuuno *n kino* astonishing object or happening. 2. a group of dogs.

kikuzzi *n kino* mane; *ekikuzzi ky'empologoma*: a lion's mane.

kikwa *n kino* mukisa mubi; kipali, kisiraani.

kikwangala *n kino* fake, counterfeit, forgery.

kikwekweto *n kino* campaign; adventure.

kima *vt* fetch; go for.

kimbagalijja *n kino* (of a woman) sullen aggressiveness; overassertiveness.

kimbagaya *n ono* rare, semi-mysterious bird, believed to be a harbinger of bad news.

Kimera *n ono* honorary name for the Kabaka.

kimererezi *n kino* patch of a field with spontaneously growing plants.

kimemeya *n kino* hair style, thinning towards the edges.

kimoga *n kino* piece of broken pot; shard.

kimuli *n kino* flower; idiom; *kulya kimuli*: to interrupt.

kina *vi* behave arrogantly; lord it over (someone).

kinaabiro *n kino* bathroom.

kinaawuuzi *n kino* compulsion towards self-destruction.

kinagguka *vi* take or show a heartless attitude.

kiniga *n kino* sudden fit of anger.

kininni *n kino* sullenness.

kinnya *n kino* hole in the ground;

kinu *n kino* mortar.

kinya *n kino* gecko; short brown lizard common inside houses.

kinyirikisi *n kino* gauzy substance scraped from the pith of a banana stem, used for scrubbing the skin or cleansing wounds.

kinyomo *n kino* red ant.

kinyoozi *n ono* barber.

kinyumu *n kino* 1. party; celebration; 2. liveliness; sociability; good humour; *Muwala wa kinyumu*: She is a lively sociable girl.

kinyusi *n kino* core; essence.

kirâ *n kino* yam with a small hairy tuber, usually called *ndaggu*.

kirá *vt* be better than; *Obukadde bukira obulwadde*: Old age is better than illness.

kiraalo *n kino* cattle enclosure; cattle ranch; herd of cattle.

kiraamo *n kino,* will.

kirabo *n kino* 1. gift; present; talent; 2. public eating or drinking place; café.

kiragiro *n kino* command; order; commandment.

kirago *n kino* 1. straw mat or carpet; 2. appointment; *lumbe lwa kirago* (lit: death by appointment) deadly danger.

kirango *n kino* announcement; advertisement.

kireeleese *n ono* vagabond.

kirenge *n kino* 1. the paw or hoof of an animal; 2. the hem or lower portion of a long dress.

kirimi *adv & n kino* (with a) lisp.

kirira, karira *n kino* stubble of the umbilical cord.

kiro *adv & n kino* 1. at night; night time; 2. a day's duration.

kirogologo *n kino* allergic rash.

kirolo *adj & adv* confused; unundrstanding; blankly.

kiryamugusa *n kino* (usually plural: *biryamugusa*) grasshoppers appearing out of the usual season of November-December.

kiryatabaala *adj & n ono* far-reaching disaster; HIV/AIDS.

kisa *n kino* 1. kindness; generosity; 2. pang of labour pains.

kisa *vt* hide; conceal.

kisaaganda *n kino* bundle; clutch; *kisaaganda kya bimuli*: bouquet of flowers.

kisaanyi *n kino* caterpillar.

kisagazi *n kino* elephant grass; its stem is called *"lumuli"*.

kisalabudde *n kino* light snack between meals.

kisebe *n kino* kind of yam with light purplish flesh.

kisegguusi *n kino* deep recess of a Kiganda house.

kiserebetu *adv* quietly and surreptitiously.

kisero *n kino* tall basket, esp one made of wattle.

kisibo *n kino* goat or sheep pen; herd of goats or sheep.

kisiibo *n kino* period of fasting; lent; the month of ramadhan.

kisinziiro *n kino* heel.

kisago *n kino* (usually plural: *bisago*) injury

kisodde *n kino* gorilla.

kisosonkole *n kino* eggshell.

kisu *n kino* nest.

kisubi *n ono* kind of plantain giving small bananas good for making juice.

kita *n kino* large gourd, esp for holding banana beer.

kitaba *n kino* puddle; pool of water formed in depression after rain.

kitabo *n kino* book.

kitaliri *n kino* temporary brewery; frame over which juice is squeezed or trodden out of ripe bananas.

kitalo *interj & n kino* 1. (expression of sympathy, surprise, deep feeling) what a pity; how strange; how sad; 2. strange object; marvel; wonderful, unexpected event.

kitambaala *n kino* piece of cloth; broad cloth sash tied around the waist to gather in women's busuuti gown.

kitambiro *n kino* sacrifice; holy offering.

kitambo *n kino* evil possession.

kitanda *n kino* bed.

kitanyi *n kino* afterbirth.

kitebe *n kino* main seat; headquarters.

kiteekerero *n kino* a pile, e. g. of bananas or of garden waste.

kiteeko *n kino* special place in the house for a water pot; nest for a laying hen.

kitembe *n kino* forest banana-like plant.

kituuza *n kino* trial run; tentative beginning of a process.

kiwa *n kino* whistle, suggesting surprise.

kiwaani *n kino* (*slang*) fake, counterfeit, forgery.

kiwaawaatiro *n kino* wing.

kiwawa *n kino* (old-fashioned name for) wing.

kiwabyo *n kino* pruning knife.

kiwagu *n kino* hand of bananas; significant portion of.

kiwalazima *adv & n kino* (in a state of) semi-consciousness.

kiweewa *n ono* first-born son of a Kabaka.

kiweewo *n kino* rudder; giant oar.

kiwendo *n kino* punitive expedition.

kiwenge *n kino* edge of flowing cloth.

kiwero *n kino* piece of cloth.

kiwo *n kino* deep painful sore, esp on the back or shoulders.

kiwowongole *adj & n kino* empty; hollow; empty-headed person.

kiwu *n kino* seat of honour; throne.

kiwuugulu *n kino* owl.

kiwuuwa *n kino* reedy plant whose stems are cut into strips for weaving baskets.

kka come down; descend.

kiyonjo *n kino* woven basket for carrying chicken, more commonly called *muyonjo*.

kkabyo *n lino* angry indignation.

kkata *n lino* coil (of a snake); *ttimba akubye amakata*: The python is coiled up (lit: has formed coils).

kkata *vt* drop down heavily.

kkatira *vt* press down.

kkayu *n lino* harsh tone in the voice.

kkerejje *adv & n lino* the other side; across; *okusala ekkerejje*: cross to the opposite side; join the opposition.

kkinyi *n lino* vicious or malicious extravagance.

kko *n lino* dirt on the body; grime; impurity; ill-feeling; *Alina omutima ogw'ekko*: S/he has an unclean heart.

kkobaane *n lino* conspiracy; plot.

kkobe *n lino* bud yam; the creeper, usually grown in banana gardens, which gives the bud yams; people of the bud yam clan.

kkomekkome *adj* final; at the absolute end.

kkomera *n lino* prison; gaol.

kkomo *n lino* limit.

kkonda *n lino* long-lasting internal discontent; longing for revenge.

kkondeere *n lino* long, deep-sounding trumpet.

kkondo *n ono* violent robber; robbery; *Akuba kkondo*: He practises violent robbery.

kkonkome *n lino* gecko; a rough-skinned lizard that inhabits both trees and thatched roofs.

kkono *adv & n ono* 1. to the left; 2. the left hand; *kingudde kkono*: I missed it (lit: it fell to my left).

kkovu *n lino* snail; slug.

kkowe *n lino* link in a chain.

kkoyi *adj* puzzling; riddle-like.

kkoyi kkoyi! *interj* (opening formula to a riddle) "here is a riddle".

ku *prep* on; at; about; concerning.

kkubo *n lino* road; path; passageway.

kkukuuzi *n lino* thick dust and fluff on a dirt floor.

kukulira *vt* hide (something) in a very secure place.

kukuta *vi* deal with (a situation) in secret.

kkunguvu *n ono* kind of bird.

kkuta *vi & t* eat one's fill; be satisfied.

kkweba *n ono* the county chief of the Ssese County.

kkwete *n ono* maize beer.

–kodo *adj* miserly; niggardly; tight-fisted.

kogga *vi* grow thin; lose weight.

kokya *vi* play riddling games.

kola *vi & t* work; labour; do; perform; make; create.

koloboza *vt* draw a line; mark out a strip.

kolokota *vt* scrape the skin off; sharply criticize.

kolola *vi* cough.

kolondola *vi* clear the throat and spit out mucus.

kolonga *vt* roll out; form into a ball or cylinder.

–kolya *adj* (of a dog) untrainable; unable to hunt.

koma *vi* end; come to an end; terminate.

komba *vt* lick.

komera *vt* limit; put a fence around.

komola *vt* trim; circumcise.

kompola *vt* strike with a hard object.

kona *vt* fail to cook properly; fail to ripen; be stunted.

kongola *vt* 1. pluck (e. g. berries); take the stalks off; 2. cheat (fellow workers) by not doing one's share of work. 3. dress chicken.

kongoola *vt* mock, esp with contemptuous gestures.

konkomala *vi* sit ignorantly or uselessly around.

konkona *vi & t* knock; tap at.

kontana *vi* clash or compete with; be against; *Okulwanira mu lujudde kikontana n'amateeka*: Fighting in public is against the law.

kooka *vi* sing raucously.

kookolima *vi* crow; sing loudly.

koona *vt* thump; knock.

koonoka *vi* fall or slip from a height.

koonola *vi & t* 1. (of a banana flower) fold and point downwards in the characteristic growing position; 2. obtain or achieve a rank; *Akoonodde ddiguli mu byobufuzi*: She has obtained a degree in politics.

koowa *vi* grow tired; be exhausted.

koowoola *vt* call out to.

kooza *vi & t* 1.tear strips off a banana frond; 2. strike (pull down) the temporary shelters after a *lumbe* rite.

kosa *vt* hurt by scrathing or pressing an already existing wound.

koya *vi* go on endlessly.

koza *vt* dip a piece of staple into gravy or any sauce.

kuba *vt* beat; strike; "*kuba*" appears with nouns in numerous idioms, e.g. *kuba busu*: toss out of the hand; *kuba ddolera*: deceive the eyes; *kuba gudiikudde*: rejoice secretly; *kuba jjejjerebu*: celebrate good luck; *kuba kivuga*: play an instrument; *kuba kkalata*: play cards; hazard; *kuba kkoodi*: knock at the door; arrive; *kuba ku mukono*: impose controls on; *kuba ku nsolobotto*: shut (someone) up *kuba kyeyo*: do menial work, esp abroad; *kuba luloddo* (or *lwali*): engage in banter; *kuba mabega*: turn one's back to; *kuba matama*: argue noisily; *kuba mimiro*: grumble; be disgruntled (esp about someone else's good fortune); *kuba mu mbuga*: sue; prosecute; *kuba mu ngalo*: clap; *kuba mupiira*: play ball; *kuba nnoga*: eat with relish; *kuba sabbaawa*: practise target shooting; *kuba zzaala*: play cards for money.

kubâ *conj* because.

kubaganya *vt* exchange; *kukubaganya birowoozo*: exchange ideas; discuss.

kubanga *conj* because.

kubira *vt* 1. conclude; wind up; 2. tie protective wear over (ordinary clothes).

kula, kukúla *vi* grow; grow up; become adult; have the nature of, resemble; *Embwa eno yakula ng'ekibe*: This dog resembles a fox.

kula, kukúlá *vi* roar; speak out loudly.

kulembera *vi & t* 1. come first; be the first; 2. lead.

kulika *interj* expression of congratulations.

kulisa *vt* congratulate.

kulubbya *vt* drag out.

kulubuka *vt* be scratched; have the skin or colour scraped off.

kulugguka *vi* gush down.

kulukuta *vi* flow; stream down.

kulumwetu *adj* indeterminate; difficult to identify; *Kulumwetu ng'ensekere ensajja*: Nondescript like a male louse.

kulunga *vt* roll into a ball or a cylinder.

kulungula *vt* spend a period of time; *Wano tukulunguddewo emyaka esatu*: We have been here for three years.

kuluusanya *vt* bother (a person); harass.

kuma *vt* light (a fire).

kumaakuma *vt* bring people together; encourage and promote fellowship among people.

kunama *vi* expose oneself indecently; wear revealing clothes.

kundugga *vi* be stunted; fail to grow properly.

kungula *vt* 1. harvest; 2. bring a death curse upon.

kunnumba *vi* swagger; walk throwing one's weight about.

kutula *vi & t* 1. (of a tied animal) break loose; escape; 2. break; tear up.

kuuba *vt* rub roughly.

kuubagana *vr* engage in bitter rivalry.

kuula *vt* uproot; pull out; *kukuula binnyo*: exploit ruthlessly.

kuuliita *vi* walk off without fuss and arrogant attitude.

kunga *vt* 1. mobilize (people for a particular activity); 2. same as kungiriza below.

kungiriza *vi & t* exclaim in surprise; express wonder and astonishment.

kungubaga *vi* mourn; observe mourning period.

kungujja *vi* go hurtling along; stumble forward.

kungula *vt* 1. harvest 2. cause or bring about a curse.

kungulu *adv* on the outside.

kunjubula *vt* scrape the skin off.

kunkumuka *vi* fall down or out, esp in large numbers.

kunkumula *vi & t* 1. shake out; 2. urinate.

kunta *vi* 1. (wind) blow strongly; 2. walk or move off.

kuuma *vt* watch over; keep; take care of.

kuumiira *vi* adopt an insolent, dismissive attitude.

kuuna *vi* depart unceremoniously; walk off.

kuunya *vt* strike or hit with force; deal a strong blow; *Omukadde yakuunya omubbi omuggo*: The old (wo)man struck the thief with a stick.

kuunyuula *vt* pluck out (feathers or hairs).

kwakku, bukwakku *adv* hurriedly; at speed; with no hesitation.

kwakkula *vt* snatch.

kwata *vt* get hold of; hold.

kwebera *vi* move along stealthily.

kweka *vt* hide; conceal.

kyaggulo *n kino* dinner; evening meal.

Kyaggwe one of the Buganda counties, headed by Chief Ssekiboobo, bordering Busoga to the east.

kyagi *n kino* grain store; silo.

kyala *vi* visit; goon a visit.

kyama *vi* 1. turn; make a turn; 2. become bent or crooked; go wrong; lose direction.

kyama *n kino* 1. secret; privacy; confidential matter; 2. engagement (to be married); betrothal.

kyambalo *n kino* dress; garment.

kyambika *n kino* 1. noose; 2. nuisance; insoluble problem.

kyamisana *n kino* 1. lunch; daytime meal; 2. bribe.

kyangwe *n kino* loofah; bath sponge.

kyankya *n kino* breakfast.

kyanzi *n kino* milk pot.

kyawa *vt* hate; loathe; strongly dislike; end an affair (with a person).

kyayi *n kino* dried banana fibre.

kyebikiro *n kino* omen; a sign of future misfortune.

kyebonere *n kino* rare and astonishing object or happening.

kyendâ *num & n kino* ninety; sum of ninety.

kyénda *n kino* bowel; intestine.

kyeneena *n kino* strange, frightening object or happening.

kyengabo *n kino* top hand of a bunch of bananas.

kyengera *n kino* time of plenty; plentifulness of food.

kyensuti *n kin* tail, esp of a bird.

kyepukulu *n kino* riotous outbreak of activities.

kyeyago *n kino* severe skin irritation.

kyeyitabya *n ono* echo.

kyeyo *n kino* casual labour.

kyokero *n kino* kiln; oven.

kyokka *conj* only that; except that.

kyokoola *n kino* evil object or being; curse.

kyoya *n kino* feather.

kyoyerezi *n kino* strong inclination (esp towards something negative).

kyuka *vi* turn or look back; change; be converted.

L l

laajana *vi* plead earnestly ; cry out.

laaka *vi* charge forward furiously; move with great haste.

laakiira *vi* cough with a whoop; *ekifuba ekiraakiira*: whooping cough.

Laala *vi* be or become quiet and still; *Ennyanja eradde*: The lake is calm.

laama *vi* 1. make a will; 2. send deep and heartfelt greetings.

laamiriza *vi* call out invocations.

laasa *vt* spread scandal about; backbite.

laawa *vt* castrate; limit the performance (of a machine).

laaya, laayuka *vi* become promiscuous; practise prostitution.

laaza *vt* keep quiet about a subject; *Ebyo tubiraaze*: Let us keep quiet about those matters.

laba *vt* see; *laba ennaku* (lit: see sorrows) suffer.

labira *vt* find a marriage partner for (a man or woman).

labirira *vi & t* look carefully around; take care of; supervise;

labiriza *vt* distract; draw away the attention of.

labuka *vi* become aware; become alert.

labula *vt* warn; alert.

lafuubana *vi* strive; struggle.

laga *vi* go towards; travel to; *Mulaga wa?*: Where are you going?

laga *vt* 1.show; point out; exhibit; 2. make an appointment for a visit; *Nze omugenyi atalaze*: Here I am a visitor without appointment.

lagajjala *vi* fail to pay attention; be negligent.

lagala *vi* become loose; fall apart.

lagga *vi* grow uncontrollably wild.

lagira *vt* order; command.

lagirira *vt* give directions to; guide; show (how something is done).

lagiriza *vi & t* 1. order or send for (something) from far away; 2. talk to someone at a distance.

lagula *vi & t* predict; prophesy; practise divination.

lakasira *vi* be or become very thirsty.

lakira *vt* choke; stick in the throat of (a person).

laliira *vi* fly or reach out high.

lama *vi* exist, survive; live on; come out right.

lamaga *vi & t* make a pilgrimage; visit a sacred place.

lamba *vt* mark with a number.

lambaala *vi* lie flat and still.

lambika *vt* set on the right path.

lambuka *vi* drop dead.

lambula *vt* visit regularly; inspect by walking around.

lambulula *vt* lay out in full; explain in detail.

lamuka *vi* come to life; regain life or health.

–lamu *adj.* living alive; healthy; genuine

lamula *vi & t* give judgement; reign.

lamusa *vt* greet, especially with the full elaborate formula.

landa *vi* (of a plant) put out crawling shoots.

landa *vt.* plane (a piece of timber).

landa *n eno* carpenter's plane.

landagga *vi* 1. stretch out over a long distance; meander; 2. talk at extreme and unnecessary length; digress.

landuka *vi* advance rashly.

langa *vi & t* prophesy; announce loudly; predict; advertise.

langa *vt* twist; plait; *Balanga enviiri ng'emigwa*: They plait (lit: twist) hair like ropes.

langira *vt* publicly reproach a person with a fault.

langirira *vi & t* announce publicly; proclaim. declare.

langula *vt* embellish or add special flavour to.

lannama *vi* sit with legs stretched out.

lasa *vt* aim at and shoot (e.g. with an arrow); *okulasa emboozi* (lit: shoot a conversation) have a relaxed chat.

latta *vi* be unbothered; take matters lightly.

laya *vt* sound (a drum or an alarm); *Bwe baalaba empologoma ne balaya enduulu*: When they saw a lion they sounded an alarm.

layira *vi & i* swear; take an oath.

laza *vt* worry or trouble greatly; id: *kiraza mwoyo ng'eridda mu nkovu*: a great worry to the mind like a new wound in an old scar.

lebaaleba *vi* be or hang on the verge of collapse.

lebera *vi* hang loose; become weak.

lebuka *vi* go around on a lot of assignments.

lebula *vt* slander or libel; falsely accuse.

leebeeta *vi & t* 1. hang down; dangle; 2. (colloq) seek favours from.

leebuuka, leebuukana *vi* be occupied with a lot of responsibilities or duties.

leebya *vt* outperform; thoroughly defeat (in a competition).

leega *vt* stretch out; tune (an instrument).

leeguuka *vi* be stretched out or distended.

leeta *vt* bring; cause.

lega *vi & t* taste; sample.

legama *vi* (of a liquid) be trapped in (a hollow).

legesa *vi* talk noisily and endlessly.

legguka *vi* roam around irresponsibly.

leka *vt & aux* 1. leave; abandon; 2. let; *Leka tulabe*: Let us see.

lekerera *vt* overlook the relevant point or object.

leluka *vi* exceed expected limits; *Tanywa mwenge aleluka* (lit: he does not drink beer, he overdoes it) He drinks too much.

lemá *vt* be too much for; be impossible for; prove unmanageable for.

léma *adj* lame; disabled.

lemala *vi* become lame.

lembalemba *vi* walk with a slow and leisurely gait.

lembeka *vt* collect a flowing liquid; *Lembeka amazzi g'enkuba*: Collect rain water.

lemerera *vt* prove impossible to manage or perform.

lendera *vi* go idly or negligently about one's duties.

lenduka *vi* be unhinged; overdo or overindulge in a negative practice.

lengeera *vi* stick or hang up high.

lengejja *vi* dangle; hang down from a height.

lengera *vt* see from afar; *Abalunnyanja baalengera olukalu*: The sailors saw a land mass in the distance.

lera *vt* hold (a baby) in the lap; tend a baby; bring up.

li – **cl** *pref* this prefix is frequently exaggerative, suggesting enormous size, ugliness or threat.

ligita *vi* move about playfully; Gambol; be lithe with good health.

liimisa *vt* look out for; spy on.

liira *vt* eat as sauce accompanying a staple.

liiso *n lino* eye; conspicuous round spot; *liiso lya nnyanja*: a pool within the vicinity of a lake.

Liisoddene *n ono* God as the knower-of-all (lit: big-eye).

lijja *vt* 1. tie tightly with a rope; 2. throw down powerfully; *Yamulijja ennume y'ekigwo*: He threw him down powerfully (lit: he tied him with a bull fall).

lima *vi & t* dig; work in the fields; grow crops; *id*: *Bannima empindi ku mabega*: They backbite me (lit: they grow brown peas on my back).

limba *vi & t* tell a lie; deceive; fail to be serious.

limbika *vt* attach to; graft upon.

linda *vi & t* wait; wait for; await.

lindiggula *vt* throw down heavily.

lindirira *vt* expect; wait for.

lingiriza *vi & t* peep; look scretly at; spy upon.

lingiza *vi & t* look covertly (into a place).

linnimuka *vi* run or fly in a huge group or flock.

linnya *n lino* name; reputation; *erinnya ery'ekika*: personal name indicating her/his clan.

linnya *vt* step upon; climb; go up.

linnyira *vt* (of a cockerel) mount (a hen).

linnyirira *vt* trample upon; treat with contempt.

linnyo *n lino* tooth; *erinnyo essazi*: incisor; *erinnyo essongezo*: canine; *erinnyo eggego*: molar.

linnyuka *vi* go up, esp a slope.

lira *vi* weep, cry.

liwa *vi & t* compensate for; recompense; replace lost or damaged property.

liyirira *vt* pay compensation for.

loba *vi* catch with a hook; get (information) through a ruse.

lobola *vt* tax or take away a portion of.

loga *vt* bewitch; charm; cast a spell on; cure of.

logootana *vi* speak in one's sleep; have disturbing dreams.

lokoka *vi* be saved; become a born-again Christian.

lokompoka *vi* speak irresponsibly; aspire to unrealistic objectives.

londa *vt* choose; pick; elect.

londobala *vi* look embarrassingly out of place; look silly.

londobereza *vi* speak at length in an attempt to justify oneself; beat about the bush.

londoola *vt* 1.follow closely, esp with a sinister intent; 2. follow up on a (subject).

longooka *vi* become clean or appropriate; turn out right.

longoosa *vt* sort out; straighten out; clean up; (medical) operate on.

lonkoma *vt* maliciously report on (someone).

looba *vt* tie or bind tightly.

lookalooka *vi* pant with dissatisfaction or in need of (water or air).

lookera *vi* show a great deal of eager desire.

loola *vi* put on an affectedly calm look (as of a bride).

loopa *vt* report an offender or suspect.

loota *vi* dream; imagine.

loza *vt* give a sample or a taste of.

lozoolera *vi* look on stupidly.

luba *n luno* jawbone.

lubajjo *n luno* slice; split piece.

lubbira *n eno* diving device; submarine.

lubbobbo *n luno* worn out but still used straw basket.

lube *n luno* (a) shout; booing; heckle; *kukuba lube*: to heckle; raise a shout.

lubengo *n luno* grinding stone.

lubibiro *n luno* dam; raised bank.

lubu *n luno* set; genre.

lubuga *n ono* co-heiress; the partner, always female, in the installation of a successor to a deceased person.

lubugo *n luno* bark cloth; piece of bark cloth.

lubugumu *n luno* lukewarmness; irritating excitement.

lubuno *n luno* protruding lower jawbone.

lucooro *adj* extremely poor; destitute.

luga *n luno* a cane, esp of the hooked type.

Lugaaju Lugaayu *n luno* name of a male member of the nte clan.

lugabanguzi *n luno* exaggerated and reckless generosity.

lugabire *n eno* (usually pl: *lugabire zino*) sandal(s) made of cut vehicle tyres.

lugali *n luno* flat winnowing basket.

lugalo *n luno* finger (of the hand).

lugambo *n luno* gossip; rumour.

lugendo *n luno* journey.

lugero *n luno* fictive story; folktale; narrative; parable; fable; *lugero lusonge* (lit: pointed parable) proverb.

lugero *n luno* a creeper whose leaves are often administered as an appetite booster.

luggi *n luno* door shutter.

luggumuggumu *n luno* false show of courage; pretence of bravery.

luggya *n luno* front yard; open meeting place; a grouping of relatives descended from one relatively recent ancestor.

luggyo *n luno* shard; piece of broken earthenware.

lugo *n luno* fence; hedge.

lugobe *adj & n luno* greenish-gray (in) colour.

lugonja *n luno* a swing of the leg over a person's head as a gesture of insult or contempt.

lugono *n luno* aggressiveness; a tendency to attack others.

lugoye *n luno* 1. cloth; article of clothing; 2. string of a musical instruments. 3 potato vine.

lugulumpaali *n ono* long-legged person.

luguudo *n luno* road; street.

lujanja *n luno* irritating intrusiveness; undue familiarity.

lujeejeemo *n luno* rapidly spreading scandalous talk.

lujegere *n luno* chain.

lujjuliro *n luno* (situation in which a meal is laid out; at table.

lujjulungu *n luno* diluteness.

lujongojongo *n luno* slight, weak-looking person.

lujumba *adj & n ono* yellowish brown. Chicken.

lujuuju *adj & n ono* alcoholic addict; habitually drunk.

luka *vt* weave.

lukanda *vt* part of the ritual recognition of a *Ssaalongo* (father of twins); *okumenya olukanda*: complete initiation as a father of twins.

lukandwa *n luno* a thorny shrub.

lukibirizi *n luno* a thin strip, e.g. of land.

lukookere *n luno* a sinister force.

lukoba *n luno* belt, esp of leather.

lukobo *n luno* a tediously long stretch of time.

lukokobe *n luno* a haunting presence; a tenacious hanger-on.

lukokola *n luno* elbow.

lukoloboze *n luno* line drawn on paper or the ground.

lukoma *n luno* stem of the common marsh palm.

lukomera *n luno* fence; hedge.

46

lukomo *n luno* metal, esp copper, wire; telephone.

lukonko *n luno* deep gully; canyon.

lukono *n luno* the arm planted as a support for someone sitting on the ground; *kusimba lukono*: (lit: plant a lazy hand) sit idly supporting oneself with one's hand.

lukonziba *adv & n luno* chronic disease; chronically.

luku *n luno* piece of firewood; *kutyaba nku*: to collect firewood.

lukuku *n luno* mange; skin disease, esp in hairy animals.

lukulwe *adj & n ono* chief performer; specialist; expert.

lukunkumuli *adj & n luno* innumerable; numerous; huge number.

lukunyu *adj & n ono* (usually of goats brownish.

lukusa *n luno* permission.

lukuusi *n ono* red subsoil; red colour of soil.

lukwaju *adj* gangling and ungainly.

lukwata *n eno* mythic water monster; sticky mud at the bottom of lakes and pools.

lukwayo, lukwakwayo *adv & n luno* hurriedly; (in a) great hurry.

lukwe *n luno* conspiracy; plot; *nkwe* (pl): treachery, untrustworthiness; perfidiousness.

lukya *n luno* neck or shoulder muscle; pain in the neck or around the shoulders.

lulendera *adj & n ono* lazy, good-for-nothing (person).

luloddo *n luno* banter; idle talk.

luluma *vi* haunt after death; be or become a vengeful spirit.

luluumirira *vt* (of a dead person) haunt and torment a living person, esp a relative.

luma *vt* bite; sting; hurt; afflict; *Enjala ennuma*: I am hungry

lumba *vt* attack; invade.

lumbagana *vt* attack; intrude upon.

lumbugu *n luno* couch grass; (fig) sinister influence.

lumirirwa *vi* feel compelled; get impatient about (a plan).

lumiriza *vt* insist on a person's offence; give firm evidence against an offender.

lumirwa *vt* be concerned about; have care for.

lumonde *n ono* sweet potato; *Lumonde muzungu* (or: *kamonde*) Irish potato.

lumoonyere *adv & n luno* endlessly; endless process.

lumu *adv* once; all at once; without hesitation.

lumulumu, lumu na lumu *adv* occasionally; rarely; every now and then.

lunda *vt* tend or raise livestock; keep close watch over.

lunderebu *n luno* annoying meddling.

lunga *vt* spice; add condiments to (a sauce).

lunguula *vi* stretch out and shine with pain.

lunkulu *n luno* arrogance; sense of self-importance; conceit.

lunkutiiza *n luno* intrusive familiarity.

lunnyo *n luno* hammock; litter (bed).

lunnyu *n luno* salinity in the soil; land infertility; unproductive patch of land.

luno *adv* this time; this time round.

lunyaafa *n luno* crack.

lunye *adv* frequently; very often.

lusajjasajja *n luno* affected show of bravery.

lusamba *n luno* necklace.

lusambaggere *n luno* powerful kick.

lusambya *n luno* hardwood tree whose straight, branchless stems are much valued as building poles.

luse *n luno* class; category.

lusebenju, luserebenju *n luno* area on either side of a house.

luseregende *adj & n luno* numerous; endless number.

lusiirongo *n luno* light nauseating smell.

lusiriŋŋanyi *n luno* earth worm.

lusolo *n luno* fungal skin disease.

lusolobyo *n luno* light pruning pole.

lusu *n luno* smell odour.

lulusu *n luno* slimy spit; idiom: *kufujja lulusu*: feel badly affected (by a person's evil actions).

lusuubo *n luno* swing.

luta *n luno* measurement of outstretched thumb and middle finger, about six inches (15.5 centimetres).

lutabaalo *n luno* battle; military expedition.

lutagajjo *adj & n luno* complex structure.

lutala *n luno* consignment of merchandise; source of income.

lutalo *n luno* war; great struggle.

lutamba *n luno* musical scale; instrument tuned to a particular scale.

luteererezo *n luno* indulgence in endless talk; verbosity.

lutobazzi *n luno* marsh; wetland.

lutooketooke *n luno* a plant with long stalks and narrow fronds.

lutunkutunku *n luno* body odour; smell of sweat.

lutwe *n luno* tendency to be blamed, even for other people's mistakes.

luubirira *vt* aim at; target.

luusi *adv* sometimes.

luvookwaya *adj & n ono* enormously big (container or vehicle).

luvu *n luno* ashy dust; powder.

luvunvu *n luno* shrub with narrow long leaves, often crushed and rubbed into pottery as a glaze during firing.

luvuutu *n luno* elegantly steamed and mashed *matooke.*

luwa *n luno* whistle; *kufuuwa luwa:* to whistle.

luwe *adj & n luno* cross-cropped; short hair.

luwenda *n luno* trail; newly-cleared path in a bush.

luwerere *adj & n luno* thin, lacking thickness.

luwoko *n luno* a dark green shrub known for its poisonous properties.

luwombo *n luno* a dish of meat or vegetables tied up and steamed in new banana leaves.

luwugge *n luno* smell of heated metal.

luwumu *n luno* fungal skin disorder.

luwunguko *adv & n luno* in a hurry; in passing; hurried visit.

luyombo *n luno* quarrel; disagreement.

luyongoyongo *adj & n luno* thin and weak-looking (person).

luyulu *n luno* short reed with broad fronds, whose stalk is cut into strips for making baskets.

luyuuguumo *n luno* state of instability.

lwa, lwawo *vi* delay.

lwaggulo *adv & n luno* evening; in the evening.

lwala *vi & t* be or fall ill; be afflicted by (an ailment); *Alwadde musujja:* He is afflicted by a fever; *okulwala omwezi:* menstruate; have one's period.

lwali *n luno* banter; light-hearted chat; *kukuba lwali:* chat idly.

lwana *vi & t* fight; engage in a fight, battle or war.

lwasamayinja *adj* very powerful; *emmundu lwasamayinja:* a (lit: stone-splitting) very powerful gun.

lwayi *n luno* dry banana fibre, esp. when used as packaging or string.

lwazi *n luno* rock; rocky patch.

lweje *adj & n luno* boiling hot; hot water.

lwejo *n luno* idle, spoilt behaviour.

lwendâ *num & n luno* nine hundred; a sum of nine hundred.

lwénda *n luno* waist string; *empale eya lwenda:* shorts or trousers held up by a string in the waist band.

lwogoolo *n luno* booing; *Omwogezi baamukuba olwogoolo:* The speaker was booed.

49

lwokyo *adv & n luno* 1. hurriedly; (in a) hurry; 2. branding scar.

lwoya *n luno* single hair or feather.

lya *vt* eat; gain possession of; achieve a rank; *yalya obwami*: (lit: he ate chiefdom) he became a chief; id: *kulya mu ttama*: to speak out powerfully.

lyake *adj* dishonest; untrustworthy (esp in business).

lyakula *vt* betray; break the trust (of a friend).

lyato *n lino* 1. boat; canoe; 2. wooden trough used for breweing banana beer.

lyazaamaanya *vt* refuse to pay a debt; cheat (a person) of their right.

lyazaamaanyi *adj* dishonest; habitually defaulting on debts.

lyebuka *vi* split; fall apart.

lyenvu *n lino* ripe sweet banana.

M m

maala *vt* plaster, esp a floor with cow dung.

maanya *vt* pluck the feathers off (a chicken).

maanyuuka *vi* move or run with undignified speed or haste.

mabaga *n gano* initial work on a project; *gakyali mabaga*: it is only the beginning (a modest reply to a compliment paid to a worker).

macati *n gano* exhibitionistic antics.

macco *adv & n gano* (jump) with both feet off the ground.

maddu *n gano* greed; passionate desire; lust.

maddugavu *adj & n gano* (twins) of the same sex (lit: black; feared to have the potential to mysteriously harm their parent of the opposite sex).

maduli *n gano* marijuana seeds

maduudu *n gano* field weed with intoxicating properties.

mafandali *n gano* exaggerated sense of self-importance.

maga *vi* look sharply from side to side; bear oneself without modesty.

magala *n ono* individual's life; id: *ekigulira Magala eddiba*: (what buys Magala a skin) the necessities of life.

magalala *vi* be distracted; lack concentration.

magalangajja *adv* in an ungainly sprawling posture.

magamaga *vi & t* look about cautiously; tentatively search for.

magengere *n gano* alcohol, especially in excess; *Beesibye amagengere:* They have had (lit: bound themselves with) a lot of drink.

magezi *n gano* advice; intelligence; knowledge; plan; *Sala amagezi okuwona obwavu*: Make a plan to escape poverty.

maggula *vt* role (the eyes) in utter confusion; *Baamubuuza ekibaddewo ng'amaggula maaso*: They asked her what had happened and she was just looking on blankly.

magu, magumagu *adj & n gano* (of incense fruit) unripe; unripe incense fruits.

maguka *vi* be startled; look up in bewilderment.

magulu *n gano* legs (pl of "*kugulu*".

majeejeeke *adj & adv* infirm; unsteady; shaky; shakily.

maka *n gano* home; homestead; family.

makakaba *adj* huge (esp of a container); *ekita makakaba*: an enormous beer gourd.

makansi *n eno* scissors.

makeke *adj* elaborate and on a large scale; *mbaga makeke*: a grand party or celebration.

makendegere *n gano* height up to the waist; halfway up the body; *Amazzi gankoma mu makendegere*: The water is (lit: stops) up to my waist.

makiro *n gano* puerperal fever; post-natal depression.

makka *n gano* descent; coming down.

makunale *adj* strikingly elaborate.

mala *vt* 1. finish, complete; 2. spend (a period of time); *Wano omazeewo emyaka emeka?*: How many years have you spent here?

malaka *n gano* neck; upper part of the body; *kugwa muntu mu malaka*: attack (lit: fall upon the neck of) someone.

malala *n gano* showing off.

malayika *n ono or eno* angel.

malinnya *n gano* ascent; climbing; going up.

malojjolojjo *n gano* coy seductiveness.

malyambwa *adv & n gano* perfunctorily; incompetently; poor quality.

malyansimbi *adv n gano* unsatisfactorily; short-changing.

mambulugga *n gano* mumps.

mampaati *n gano* overconfidence.

mancoolo *adv & n gano* in fits and starts; perfunctorily.

mangu *adv* quickly; soon.

mansa *vt* scatter; (colloq) have a pee.

mansira *vt* sprinkle (a liquid) upon.

mansula *vt* toss away; scatter about.

mantaala *vi* go about without seriousness or concentration.

manya *vi* & *t* know; be informed.

manya *v aux* have a go at; do for the sake of; *Manya gagenda*: Just go for the sake of it.

manyiira *vt* 1.get used to; 2. force oneself upon the attention of; presume familiarity with.

masaŋŋanzira *n gano* crossroads; road junction; public place.

masengere *n gano* courtroom, especially the royal court.

maserengeta *adv* & *n gano* south; lower end of a slope. (no longer used instead; we say *bukiikaddyo).*

masira *n gano* pus.

masiro *n gano* royal burial site.

masosso *n gano* far out, isolated area.

masumi *n gano,* when a new moon has just appeared.

mata *n gano* & *adj* 1.milk; 2. beautiful.

mate *adv* (crawl) with unbent knees; *Omwana ayavula mate*: The baby is crawling with straight knees (lit: cow-like).

matiitiiri *adv* uneasily; uncomfortably.

matobotobo *adv n gano* in fits and starts; imperfectly; imperfection.

mattansejjere *n gano* deep night, between 2 and 3 a.m.

matulutulu *n gano* very early morning; first light.

mayitire *n gano* trace; track.

mbaata *n eno* duck; goose.

mbaga *n eno* party; reception; wedding ceremony; serious occasion or happening.

mbagirawo *adv* & *n eno* immediately; as an emergency; emergency.

mbaki *n eno* (variety of) wild cat; wild, indisciplined person

mbala *n eno* pedigree; carefully selected quality (of seed).

mbalabaasa *n eno* salamander; stubbly lizard presumed to be aggressive and poisonous.

mbalangu *adj* smart and tough; articulate and decisive.

mbalasaasa *n eno* same as "*mbalabaasa*".

mbalirira *n eno* estimate; budget.

mbazuulu *n eno* aggressive self-assertion.

mbebere *adv* shamelessly; with a hard look.

mbeera *n eno* state; condition; *Ali mu mbeera mbi*: He is in a bad state.

mbeera *conj* of course; presumably.

mbeerera *adj* virgin.

mberebezi *n eno* trouble; conflict.

mbidde *n eno* kind of banana plant whose fruit is processed into juice or beer; alcohol.

mbiibya *n eno* 1. style of dancing; 2. solution; way of going about a problem; *Ebintu bino bimbuzizza embiibya:* :I cannot find a solution to these matters.

mbiranye *n eno* loggerheads; conflict; mutual misunderstanding.

mbirigo *n eno* game in which boys compete at shooting short sticks into the distance.

mbizzi *n eno* pig; pork.

mboga *n eno* cabbage; (pl *zino*) vegetables.

mbogo *n eno* buffalo; people of the buffalo clan.

mbojjanyi *n eno* problem; complaint; conflict.

mboleera *adv* (sleep) soundly; with little likelihood of awaking.

mboobo *n eno* long tail of an animal (e.g. a cow).

mbooge *n eno* small-leaved variety of spinach.

mbooko *n eno* whip, esp the kind made of hippo skin.

mboosa, mbooseera *n eno* thoroughly ripe fruit, esp of the fleshy type (e.g. mango or pawpaw).

mbovu *n eno* a variety of scale-less fish.

mboyaana *n eno* problem; complication.

mbu *conj* supposedly; (it is said) that.

mbubu *n eno* stomach upset; indigestion.

mbuga *n eno* arena; open space; ruler's court; judicial court; *Abakozi bamukubye mu mbuga*: The workers have taken her/him to court.

mbugo *n zino* 1.clothes (on the body); *mu mbugo*: around the private parts.

mbugubugu *n zino* deep wrinkles; facial deformities resulting from old age.

mbutamu *n eno* a carpet-like weed with bright green leaves used to treat toothaches.

Mbuubi *n ono* official title of the ruler of the Buvuma County.

mbuukuuli *n eno* short stick with a thick head used as a weapon; club; knobkerry.

mbuutu *n eno* drum.

mbuzekogga *n eno* jail; prison.

mbuzi *n eno* goat; goat's meat; ignorant or stupid person; *mbuzi nduusi*: she-goat; *mbuzi nnume*: he-goat.

mbwa *n eno* dog.

mbwege *n eno* imbecile; idiot.

mbyala *n eno* style of planting (esp potato vines).

mee! *interj* suggestion of the bleat of a goat.

meere *n gano* open waters; a lake, prison.

megga *vt* throw (an opponent) in a wrestling match.

meggana *vi* wrestle with an opponent; struggle.

meggula *vt* throw down heavily.

megula *vt* break a piece off (a lump).

meketa *vt* crunch with the teeth; eat with relish.

mema *vi* assume an arrogant attitude.

mera *vi* germinate; chase (after); *Abavubuka bameze ku mubbi:* The youths have chased after a thief.

meremeenya *vi* glitter with light or elegance.

meremetta *vi* same as *"meremeenya".*

merengula *vt* dissolve; melt.

meruka *vi* germinate and shoot up.

mineene *n gino* troubles; complications.

minokoli *n gino* quarrels; conflicts; disagreements.

minyira *n gino* snot; mucus from the nose; phlegm.

mira *vt & i* swallow; (of a baby at birth) fail to breathe.

mirembe *n gino & adv* peace; in peace, peacefully; *genda mirembe:* go in peace.

mirerembe *n gino* troubles; complications.

miringusa, mirungusa *vt* eat with enjoyment and relish.

misoso *n gino* details.

mitaafu *n gino* frown lines on the forehead; *Tosala mitaafu:* Do not frown.

mitambo *n gino* the system(s) or controls of a machine.

miteeru *n gino* problems; demanding tasks.

mitwetwe *adv & n eno* at the head of the bed; head of the bed.

mmamba *n eno* giant lung-fish; people belonging to the lung-fish clan.

mmambya *n eno* the dawn; *mmambya esaze:* it is dawn; the day has dawned.

mmanduso *n eno* trigger; switch.

mmanga *adv & n eno* downhill; lower end of a slope.

mmango *n eno* breast (chest) of an animal.

mmeeme *n eno* 1. lower front tip of the breastbone; *emmeeme ey'emabega:* duodenum; anal end of the large bowel; 2. conscience; power of perception.

mmere *n eno* food; nourishment.

mmese *n eno* rat; mouse; common varieties are: *ffukuzi, nsolima, mmende, musonso.*

mmekete *adj* tough, strong; brave, heroic.

mmimbiri *n eno* poison.

mmizi *n eno* judicious reticence; ability to keep secrets.

mmo *adj* & *n ono* first in a row; number one; chief mover.

mmoggo *n eno* weevil (in the *ntula* fruit).

mmomboze *n eno* wanderer; vagabond.

mmondo *n eno* giant wild cat that frequently snatches domestic fowl.

mmoto *n eno* motto; slogan; simple illustrated slogan poster displayed in a living room or office.

mmotoka *n eno* motor car; motor vehicle.

mmuka *vi* 1. (of juice bananas) yield juice after a process of squeezing; 2. (of a person) brighten up; respond positively; *tammuka*: s/he is not forthcoming.

mmundu *n eno* gun.

mmunye *n eno* pupil of the eye.

mmunyeenye *n eno* star; glow worm.

mmunyungu *n eno* black and white colobus monkey.

mmwanyi *n eno* coffee berry; coffee bean; (pl: *zino*) beans and berries in the coffee industy; at various stages of processing they are referred to as: *kibooko, kakuta kamu* and *kase*; coffee garden or shamba.

mmye! *interj* (exclamation) suggesting) totally finished or destroyed.

mmyu *adv* & *interj* (exclamation suggesting) perfectly red.

moga *vi* look on attentively.

mogoka *vi* (of a structure) crack and fall to pieces.

mokkola *vt* utter irresponsibly.

mpaabaana *n ono* (pl: *bimpaabaana bino*) ibis.

mpaabi *n eno* litigation or prosecution fee; court fee.

mpafu *n eno* incense-berry.

Mpalabwa *n eno* one of the titles of the Kabaka denoting might and glandour.

mpampagama *n eno* air passage into an anthill.

mpawa *n zino* flapping wings; id: *kukubagana mpawa*: contradict one another.

mpayippayi *n eno* conman; unreliable character.

mpeewo *n eno* dikdik.

mpeke *n eno* 1. grain; 2. (medical) capsule, pill, tablet; 3. worth, value.

mpenduzo *n eno* long forked pole used as a garden hook.

mpengere *n eno* dry maize boiled for food.

mpewo *n eno* 1.air; breeze; light wind; cold; 2. (pl: *zino*) ancestral spirits.

mpiki *n eno* berry used in the *mweso* board game; *mpiki buteba*: trump; winning trick.

mpisa *n eno* 1. habit; kind of behaviour; 2. custom; tradition.

mpisi *n eno* hyena; greedy person.

mpisiiyisi *n eno* wanderer; nomad.

mpiso *n eno* 1. needle; 2. (medical) syringe; injection.

mpitambi *n eno* faeces.

mpogola *n eno* (of food, esp bananas) cooked in the skin; *eggi ery'empogola:* boiled egg ("cooked in its shell").

mpongabyoya *adj & n eno* extremely poor; destitute; pauper.

mpongo *adj & n eno* (of fish) of a small dark variety; *engege empongo*: tiny dark tilapia.

mpompogoma *n eno* deep trench; chasm

mpuku *n eno* cave; cavern

mpulubujju *n eno* trace; track; relevant information.

mpulunguse *n eno* uncrushed grain (in flour); intruder.

mpuluwujju *n eno* same as "*mpulubujju*" above.

mpummumpu *n eno* male tip of a bunch of bananas.

mpuna *n zino* uncertainty; unverifiable claims.

mputtu *n eno* stubbornness; obstinacy.

mpuunamalungu *n eno* jungle bird with a mournful call.

mpuuta *n eno* nile perch.

mpwangali *adv* utterly at a loss; ignorantly.

mpyoko *n zino* facial marks of depravity (e.g. on the face of an alcoholic).

mu *prep* in, inside.

mubaka *n ono* delegate, emissary, representative.

mubala *n guno* clan rhythm; clan's drum signal; motto, rallying call; slogan.

mubaliya *n ono* sailor, seaman; docker.

mubbeere *n ono* half-brother/sister; siblings from the same mother but different fathers.

mubbi *n ono* thief; robber; con person; cheat.

mubiikira *n ono* Catholic religious sister; nun, virgin.

mubiri *n guno* body; skin; lap.

mubiri *n ono* small garden plant, whose leaves are crushed in bath water as a treatment for fever.

muceere *n guno* rice, especially in dried grain form or as a dish.

mucungwa *n guno* orange; orange tree.

mucuuzi *n guno* gravy; soup.

mucwezi *n ono* member of a mythical race believed to have disappeared a long time ago; apparition; extremely beautiful or handsome person.

mudaala *n guno* market stall; counter.

mudalizo *n guno* embroidered hem of a dress, esp the*"busuuti"* gown.

mudidi *n guno* contented satisfaction; state of having eaten one's fill.

mudumu *n guno* funnel; pipe; barrel (as of a gun).

mufu *adj & n ono* deceased; dead person.

mufulejje *n guno* tap, faucet; pipe; sewer, drainage channel.

mufuubeeto *n guno* lintel of a door.

muga *n guno* essence; genuine quality (taste, aroma).

mugaabe *n guno* tube drum.

mugabo *n guno* share; portion.

muganga *n ono* doctor; healer; *muganga tiyeeganga*: a healer does not heal her/himself.

mugaso *n guno* use, usefulness, advantage; *tikirina mugaso*: it (has) is of no use.

mugavu *n guno* common grassland tree whose bark is frequently used in medical preparations and perfumes.

muge *n guno* head band; tiara.

mugendo *n guno* trail; concerted movement; *Omugendo gw'ensanafu*: A trail of safari ants.

mugenge *n ono* leper.

mugenyi *n ono* guest; visitor; foreigner.

mugerengejjo *n guno* blood of a sacrificial animal.

mugero *n guno* measuring standard.

mugga *n guno* river; stream.

muggo *n guno* stick; club; mace.

muggya *adj & n ono* (in polygamous marriage) co-wife.

mugo *n guno* border; edge; id: *ku mugo gwa bunnya*: very near death (lit: on the edge of the pit).

mugogo *n guno* 1. banana stem; 2. spastic (child).

mugole *n ono* 1.bride, groom; initiate; 2. new object or appliance.

mugondoli *n guno* long string of fibre looped through the banana leaves covering a cooking pot to make it easy to remove the cover.

mugongo *n guno & adj* 1. the back; 2. (of a cow or goat) having calved at least once.

mugoyo *n guno* mixed mash, esp of beans and sweet potatoes.

mugugu *n guno* load, burden; impediment.

mugulu *n guno* leg (less common than *"kugulu"*).

muguluka *adv* heedlessly; *Okusoma akusudde muguluka*: S/he is not paying attention to studies (lit: dropped studies heedlessly).

mugunya *vt* munch; crunch.

mugwa, muguwa *n guno* rope.

mugwabi *n guno* water-cooled pipe for smoking opium.

mujaaja *n guno* shrub with aromatic leaves added to tea as a spice and a treatment of stomach ailments.

mujaasi *n ono* soldier; warrior.

mujjuzo *n guno* overcrowding; overpopulation; state of being filled to overflowing.

muka *n ono* wife of.

mukago *n guno* blood-pact.

mukalo *n guno* dried meat; biltong.

mukama *n ono* master; lord; god.

mukandala *n guno* waist belt.

mukazi *n ono* woman; wife.

mukazimukyala *n ono* true-born lady; woman of rank; gentlewoman.

mukene *n ono* dried fingerling fish.

muko *n ono* in-law; close acquaintance.

mukoddomi *n ono* brother-in-law.

mukoka *n ono* running rain water.

mukoko *adj & n ono* troublesome; notorious (offender); a nuisance.

mukomago *n guno* bark-cloth maker's workbench: a planed log on which the bark-cloth is beaten out.

mukono *n guno* arm; hand; side; *ku mukono ogwa ddyo*: on the right (hand side).

mukwano *n guno* friendship; intimate relationship; love (affair); a friend.

mukwesese *n guno* burrow; rat-hole.

mukyala *n ono* lady; noble lady; (courteous form for) woman, wife; (title) Mrs, Miss, Ms.

mukyo *n guno* new day; dawning of another day.

mulabba *n guno* main beam (in a root).

mulabe *n ono* enemy; adversary

mulaguzi *n ono* soothsayer; fortune-teller; prophet.

mulalama *n ono* meningitis.

mulambo *n guno* dead body; corpse.

mulamu *n ono* brother-or sister-in-law.

mulamwa *n guno* bean (inside a pod or husk); essence; gist.

mulandira *n guno* root.

mulegeya *n guno* kind of forest tree.

mulekwa *n ono* orphan, esp one who still has one parent alive.

mulenge *n guno* long hollow opening.

mulengo *n guno* measure of merchandise; heap (e.g. of fruit or vegetables) on a market stall.

mulenzi *adj & n ono* male (child); boy; young man.

mulere *n guno* big flute; clarinet.

mulerwa *n ono* midwife; birth attendant.

muliimu *n guno* lemon tree.

mulimu, mulimo *n guno* assignment, job, occupation, profession, task work; *okola mulimu ki?*: What [job] do you do?

muliro *n guno* fire; blaze; conflagration.

mulogo *n ono & adj* wizard, witch; wicked person.

mulondo *n guno* creeper with a sweet spicy root chewed

mulongooti *n guno* flag-post; mast.

mulugube *n guno* extreme greed; coventousness.

mululu *n guno* greed; gluttony

mululuuza *n guno* shrub with sharply bitter leaves and roots used to treat fever.

mulunguka *vi* dissolve; melt; roll slowly.

muluutuluutu *n guno* early form of powdered (penicillin) antibiotic used to treat sores.

mulyakuzi *n ono* traitor; betrayer.

mulyango *n guno* doorway; gateway.

mulyazzaawo *adj & n ono* (person who practises a) give-and-take policy, another name for termite.

mumuli *n guno* torch, especially one made of a bundle of reeds.

mumwa *n guno* 1. mouth; lip 2. quarrelsomeness; *Bba alina omumwa*: Her husband is quarrelsome (lit: has a mouth).

munaabo *n guno* washing of the hands before a meal; empty anticipation; *Yakoma ku munaabo*: Her/his expectations were in vain.

mungû *n guno* kind of pumpkin with very tender flesh.

munn(o) *n ono* your friend; your partner; your counterpart. N.B: munno is a variable form, according to the person and number of the noun to which it refers, e.g. *munnange, munno, munne, munnaffe, munnamwe, munnaabwe*; also: *bannange* etc.

munnamawanga *n ono* foreigner; gentile.

munnange *adj & n* (my) fellow or partner; my friend; my dear; *bannange!*: expression of surprise or irritation.

munnansi *n ono* citizen.

munnyango *n guno* shrub with bristly stinging leaves, like a nettle.

munnyu *n guno* salt.

muntu *n ono* human being, person; well-behaved individual.

muntumulamu *adj & n ono* polite, well-mannered; member of the polite society; world-wise; worldly people.

mununuzi *n ono* saviour, redeemer; one who ransoms.

munwe *n guno* single unit or piece, esp of a crop (banana, cob, tuber); *Munwe gwa muwogo*: Single tuber of cassava.

munya *n guno* lizard, esp the smooth-skinned type that inhabits roof thatches.

munyeera *n ono* diminutive black ant.

munyororo *n guno* unripe bean pod; French bean.

munywanyi *n ono* intimate friend; *Munywanyi wa mukago*: Blood-pact relative.

munyunguza *vt & i* rinse; gargle.

mupaapaali *n guno* pawpaw tree.

mupeera *n guno* guava tree.

mupunga *n gun* rice, esp as a crop.

musangi *n ono* 1.brother-in-law (married to a sister of one's wife); 2. husband of one's ex-wife.

musango *n guno* offence; crime; guilt.

musasa *n guno* a fast-growing tree, valued mainly for firewood.

Museenene *n ono* month of November; season when the "*nseenene*" grasshoppers come.

musege *n guno* wolf; wild uncontrollable person; *embwa ey'omusege*: alsatian dog.

musegula *n guno* wild indisciplined person.

musekuzo *n guno* pestle.

musenze *n ono* settler; new-comer.

muserikale, muserukale *n ono* police officer; soldier; security person; guard.

musibiramubbwa *n ono* cruel, sadistic person; oppressive administrator.

musika *n ono* heir; inheritor.

musipi, musupi *n guno* belt; sash.

musiri *n guno* garden of crops.

musito *n guno* skewer (for roasting meat).

musizi *n guno* a fast-growing tree yielding medium- quality timber.

musota *n guno* snake.

musu *n guno* giant cane rat, hunted as game; varieties are: *mmangala* and *mwene*.

musujja *n guno* fever; *Musujja gwa nsiri*: Malaria.

musulo *n guno* 1. dew; 2. urine.

musumaali *n guno* nail; screw.

musumaawa *n guno* candle.

Musumba *n ono* 1. shepherd; goatherd; 2. (church) pastor; bishop.

musumeeno *n guno* wood or metal saw.

mususa *n guno* shrub with bitter leaves and seeds.

musuwa, musiwa *n guno* artery; vein.

muswaswangule *n guno* wild unpredictable person; outlaw.

mutabaazi *n ono* warrior; soldier.

mutaka, mutakansi *n ono* 1. long-time settler; citizen; 2. clan leader; clan elder.

mutala *n guno* settled area; village; (pl: *mitala*) other side of a valley.

mutamanyaŋŋamba *n ono* harsh, heartless person, esp. in a leardership position.

muteezi *adj* migraine-like; *mutwe muteezi*: migraine.

mutego *n guno* trap.

mutembeeyi *n ono* hawker; travelling salesman.

mutemwa *n guno* allocated portion; share.

muttunta *n guno* downy hair growing on the face.

mutuba *n guno* bark cloth tree; kind of fig.

mutunsi *n guno* shoot (of a plant); tap-root.

mutwalo *n guno* 1.well-tied up bundle; package; 2. ten thousand, also called "*kakumi*" .

mutwe *n guno* head; *Omutwe gukuluma?*: Do you have a headache (lit: does your head hurt)?

muumuunya *vt* consume by sucking on (e.g. a sweet); quietly discuss (matters).

muwaatwa *n guno* gap; open space.

muwaawa *n guno* thorny acacia-like tree. Original name of the kingdom of Buganda. 2. Large expanse of land.

muwafu *n guno* incense tree.

muwawa *adj, adv & n eno* 1. in no particular direction; blindly; 2. empty; unmapped; 3. old name for the Buganda region.

muwawu *n ono* oppressor; high-handed official. *mpawu* edible white ants come out; month of April, also called *Kafuumuulampawu*.

muwemba *n guno* sorghum; sorghum flour.

muwendo *n guno* price, cost, value.

muwunda *n guno* iron spike of a spear shaft.

muya *n guno* fish trap woven out of papyrus strips.

muyaaye *n ono* marijuana addict; rebellious lout; rogue.

muyaayu *n guno* wild cat.

muyaga *n guno* same as "*muyaaye*" above.

muyembe *n guno* mango; mango tree; common varieties are: *bugoogwa, kkoona, doodo*.

muyiki *n guno* tree whose berries, *mpiki*, are used as counters in the *mweso* board game.

muyoolerero *n guno* indiscriminate collection; overinclusion.

muzígo *n guno* ghee; butter; cream; oil; gel.

muzígó *n guno* doorway; single-room apartment.

muzigu *n ono* enemy; dangerous oppponent.

muzima *n guno* ripe incense-berry.

muzimbandegeya *n guno* shrub believed to improve soil fertility.

muzimu *n guno* ghost; spirit of a dead person; evil spirit or influence.

muzinga *n guno* 1. hive; 2. cannon; shell; missile; 3. feather oil outlet at the tail of a bird; chicken disease causing a ruffled and damaged plume.

muzinge *n ono* (pl. zino) peacock; peahen.

muzingo *n guno* common bundle; volume.

muzira *n guno* hailstones; snow; ice.

muzira *n ono* brave person; hero; champion.

muzirakisa *adj & n ono* generous; benefactor; philanthropist.

muziziko *n guno* ledge; raised border.

muzungu *adj & n ono* European.

muzuukizi *n ono* a medicinal shrub whose leaves when squeezed in water turn it a deep scarlet.

muzzaŋŋanda *adj & n ono* peace maker; refuge-provider.

muzzukulu *n ono* grandchild.

mwa *loc poss muno* indicates possession of the inside of a place; *Muno mwa muganda wange*: This (in here) is my brother's place.

mwagaanya *n guno* space; opening.

mwaka *n guno* year; (crop) season; first-fruits.

mwali *n guno* unfired clay vessel; *omwali gw'ensuwa*: unfired clay water pot.

mwalo *n guno* port, harbour, landing site.

mwango *n guno* door frame.

mwannyina- *n ono* sibling of the opposite sex; brother or sister of (completed with appropriate pronominal suffix): *mwannyinaze* : my brother/sister; *mwannyina* : her/his brother/sister; *mwannyinaffe* : our brother/sister; *mwannyinammwe* : your brother/sister; *mwannyinaabwe*: their brother/sister.

mwannyoko *n ono* your brother/sister.

mwanya *n guno* space; gap.

mwavu *adj & n ono* poor; poor person.

mwawule *n ono* parson; Anglican clergyman.

mwega *vi* grin; beam with pleasure or satisfaction.

mwene *adj* emphatic qualifier (following a noun or personal pronoun) myself, yourself, etc; *Nze mwene*: I myself; *Kabaka mwene*: The king himself.

mwenge *n guno* alcoholic drink; beer; banana beer.

mwenya *vi* smile.

mwenyereketa *vi* grin stupidly.

mwera *n guno* loose (e.g. banana); state of being loose.

mwero *n guno* plentifulness; easy availability; *Ebibala bya mwero*: Fruits are easily available.

mwetango *n guno* shrub whose leaves are squeezed into bath water as a treatment for many common ailments.

mweyogereze *n ono* irresponsible talker.

myansa *vi* flash; shine brightly; *Eggulu limyansa*: There is lightning in the sky.

myufu *adj* red; bloodshot; (of skin colour) bright brown.

myuka *vi* be or become red; (of food) turn bad, either with overcooking or overstorage.

myumyula *vt* tie up tightly.

N n

na *conj & prep* and; with.

naaba *vi & t* bathe; wash (the body or part of the body).

naabuuka *vi* rub off; lose colour or consistency.

naanaagira *vi* stammer; stutter.

naanika *vt* slip on; pull on (by way of dressing); *Naanika engatto*: Pull on your shoes.

naanuuka *vi* be or become elastic, slippery or slimy.

naanya *vi* take things lightly; lack due diligence.

naawa *vt* provoke; pick a quarrel with.

naawe and you (singular); you too; *Leka naawe!*: Come off it!

naawuuka *vi* force oneself nastily upon a person's attention; get into a (esp nasty) situation without invitation or provocation.

naawuula *vt* provoke; force (one's) attention.

naayira, naayiza *vt* intrude upon; poke one's nose into other people's business.

naayiza *vt* be annoyingly inquisitive; poke one's nose into other people's affairs.

naaza *vt* wash (someone); *Naaza omwana*: Wash the child.

mu –nafu *ad j& n ono* weak; powerless; idle; idler.

nafuwa *vi* be or become weak or powerless.

naga *vt* (in music) play the main melody (e.g. on a xylophone).

nammwe *prep + pron.* with you (pl.); and you.

nana *vi* look very neat; be appropriately attired.

nange *prep + pron.* with me; and I, and me.

naye *prep + pron* with her, with him; and he, and she.

naye *conj* but.

ncaaca *n zino* cracks on the feet.

ncukwe *n eno* shock; great fright.

ncukwe *n eno* shock; terror.

ncwi *n eno* (jocular name for) fish.

nda *n eno* 1. the womb; belly; 2. the inside. 3 lineage.

ndaala *n zino* 1. way of life; state of life; 2. warm greetings; *Baatukuba endaala*: They greeted us warmly.

ndabada *n eno* long trousers.

ndabakuki *interj & adj* 1. How wonderful to see you! 2. special (treat).

ndabirwamu *n eno* glass; mirror.

ndabiso *n eno & zino* 1. mirror; 2. spectacles.

ndagaano *n eno* agreement; contract.

ndaggu *n eno* kind of yam with small, hard tubers.

ndagiriro *n eno* guide; guidelines; instruction(s); table of contents.

ndago *n zino* vocal cords; sound box; larynx; *Okulya mu ndago*: To sing sweetly.

ndaggu *n eno* yam with a small hairy tuber.

ndagu *n zino* divination; consultations with spirit mediums.

ndali *n zino* cross-eyed look, squinted eyes.

ndebe, ddebe *n eno* metal tin, esp containing liquids; measure of about four gallons (4.5 litres).

ndeboolebo *n zino* brink; the edges.

ndeerwe *n eno* soft white mushroom, usually growing on cattle droppings.

ndege *n eno* small bell with a ringer inside a metal (us. copper) shell; ankle-bell, esp the type worn by dancers or by babies when they first learn to walk.

ndegeya *n eno* yellow weaver bird; quelea.

ndekamwoyo *n zino* exaggerated expressions of affection.

ndeku *n eno* small to medium-sized gourd container for water, juice or beer.

ndere *n eno* fife; flute.

nderema *n eno* a creeper with broad leaves eaten as a slippery vegetable.

nderendete *n eno* (jocular) pleasant surprise; baby.

ndezi *n eno* spontaneous bleeding; haemorrhage.

ndiboota *n eno* bale, esp of soft material like cotton or clothes.

ndibulibu *n zino* unsightly gaps in the gums.

ndiga *n eno* 1. sheep; 2. undiluted banana juice mixed with sorghum and fermented into a potent beer over a long period. 3. followers of Jesus Christ.

ndiizi *n ono* apple banana; a small variety of banana, always eaten ripe and uncooked.

ndingidi *n eno* one-stringed tube fiddle.

ndira lower abdomen.

ndiwulira *n ono* kind of weevil often found in green maize cobs. 2. insolent person.

ndobo *n eno* 1. pail; 2. kicking foul (in football).

ndobolo *n eno* 1. tithes; 2. custom or excise duty.

ndoddo *n eno* huge log.

ndogoyi *n eno* donkey; ass.

ndokwa *n eno* shoot (of a plant); seedling.

ndola *n eno* low cost; cheapness.

ndooliito *n zino* bothersome noise; hullabaloo; complications.

ndowooza *n eno* way of thinking; philosophy; school of thought.

ndoza *n eno* tentative taste; sample.

ddubu *n eno* bear; polar bear.

ndukusa *n eno* young plantain shoot.

nduli *n eno* stem.

ndulundu *adj* very many; abundant; a great deal.

ndulwe *n eno* bile; very bitter fluid.

nduulu *n eno* alarm; ululation; (commonly in pl.) *enduulu zivuga*: an alarm is raised.

nduusi *adj & n eno* female (goat) which has not produced yet.

ndwadde *n eno* disease; ailment; affliction.

ndyanga *n eno* shoulder bag; personal bag; handbag; purse.

nedda *interj* no.

neguka *vi* tip over and fall.

nekaaneka *vi* shine; glitter; look very elegant.

nekera *vi* look strikingly elegant; be smartly attired.

–nene *adj* big; great; serious.

neneŋŋana *vi* argue vehemently; be contentious.

nenya *vt* blame; rebuke; scold.

nfaafa *adj* plentiful; abundant; in large numbers or quantities.

nfaana *n zino* tapeworms.

nfeete *n eno* fighting powers; id: *Kutuula muntu ku nfeete*: Defeat (lit: sit on the fighting powers of) a person.

nfiirabulago *adj* intimate (friend); beloved.

nfissi *n eno* remainder; left-over.

nfo *n eno* den; lair; home or abode (especially of a dangerous person or creature).

nfudu *n eno* tortoise.

nfuga *n eno* way of governing; style of government.

nfuka *n eno* bout (esp in a game like wrestling); *kukuba nfuka*: defeat; win a bout against (an opponent).

nfulukimega *n eno* (jocular name for) *nkejje* sardine.

nfuufu *n eno* dust.

nfúúzi *n eno* burning wick; lighter.

nfûûzi *n eno* orphan, especially one who has lost both parents.

nga *prep & conj* like, as; while, when.

ngabi *n eno* antelope; deer; bush buck; people of the bush buck clan.

ngabo *n eno* shield.

ngagala *n eno* (large quantity of) luggage.

ngajaba *n eno* extremely lazy person; good-for-nothing.

ngalabi *n eno* long tube drum, open at the lower end.

ngalo *n eno* finger; (pl) hands; *Kukwata mugenyi mu ngalo*: Shake hands with a guest.

ngalobunani *adj & n ono* finicky; fastidious but lazy person (avoiding work that may soil her/his hands).

ngalomyambe *n ono* trouble-maker.

ngatto *n eno* shoe.

ngege *n eno* tilapia fish.

ngera *adj & n eno* (of a knife) missing a handle; defective; shortcoming.

ngeregeze *n zino* traces of sleep on the face on waking up.

ngereka *n zino* tooth growing over an unshed milk tooth.

-ngereza *adj* English; British; Mungereza: English person.

ngeri *n eno* 1. kind; type; quality; 2. strange and disturbing behaviour or habit; *Alimu engeri*: S/he has got some strange habits.

ngeye *n eno* white colobus monkey; people of the colobus monkey clan.

ngezi *n eno* current (of water); whirlpool.

ngiri *n eno* warthog; gnu; wildebeest.

ngo *n eno* cheetah; leopard; tiger.

ngolo *n eno* mythical animal believed to haunt breakers of certain taboos or prohibitions.

ngolo *n eno* giant ape; gorilla; ogre.

ngote *n eno* (fashioned) curve; *ekitala ekya ngote*: a curved sword.

ngoye *n zino* clothes (collectively); strings of a musical instrument.

ngozi *n eno* 1. cloth for strapping a baby to the back; 2. placenta; origin.

ngozoobana *n zino* serious complication.

ngubo *n eno* hard-trodden patch.

ngugu *n eno* luggage; load ready for carrying.

nguju *n ono* banana disease causing spots on the fruit.

ngule *n eno* crown; ceremonial head-dress.

nguli *adj* deceased; the late (departed).

nguli *adj* (used as a title) the deceased; the late; *Nguli Kalumba*: The late Kalumba.

ngulu *adv & n eno* uphill; on the upper side.

nguzi *n eno* bribe; inducement; corruption; *Kulya nguzi:* to take bribes.

nigguuka *vi* show a reckless or unsympathetic attitude; fail or refuse to take things seriously.

niigiina *vi* relax and take things easy; move around in comfort.

niina *vi* fail to be serious.

njaaye *n eno* marijuana; psychotropic drug.

njaba *n eno* crab.

njaga *n eno* marijuana; cannabis; narcotic drug.

njagi *n eno* (jocular name for a) a bitter berry, commonly called *ntula*, eaten as a vegetable.

njala *n eno* hunger; famine.

njawukana *n eno* difference of opinion; division.

njawulo *n eno* difference; change; remainder.

njaza *n eno* type of antelope; people of the *njaza* clan.

nje *n eno* pointend hard stone inside an incense fruit; *Kubonga nje*: Spin the stones as a game.

njega *n eno* tragedy; disaster; catastrophe.

njegooyego *n zino* brink; edge; outskirts.

njigiriza *n eno* education; teaching; form of preaching; doctrine.

njiibwa *n eno* pigeon.

njiiya *n eno* planning; design; project.

njiri *n eno* gospel; message.

ngiri *n eno* warthog; gnu; wildebeest.

njobe *n eno* water buck.

njogera *n eno* saying; way of speaking.

njogeziyogezi *n eno* reckless talker; prattler; babbler.

njoka *n eno & zino* 1. stomach worm; personal seeds; genes; *Mwana wa mu njoka*: One's own biological child (of one's very seed);; 2. pangs of pain in the stomach; *Enjoka* *zinnuma*: I have a stomachache (lit: stomach worms are stinging me); types of internal ailments, characterized as *nsaanuusi, ddumi* and *enjoka ensajja*: gonorrhoea.

njokyo *n zino* ethnic scars; scarifications on the face.

njola *n eno & zino* 1. mode of upbringing; raising (a child); 2. chiselled decorations; 3. strings (as on a bolt).

njole *n eno* 1. a bundle (esp of straw); 2. (respectful name for a) corpse; dead body laid out for burial.

njolo *adj* plentiful; very many.

njovu *n eno* 1.elephant; 2. elephantiasis.

nju *n eno* 1. house; 2. relatives immediately descended from one male ancestor.

njuba *n eno* 1. sun; 2. yolk; 3. kind of flower, esp a red one; *enjuba y'ejjirikiti*: flame tree flower.

njuki *n eno* bee.

njulu *n zino* (more frequent form than sing.*luyulu*) dwarf reeds processed into thin strips for weaving baskets.

njwanjwa *n zino* untruths; falsehoods*; Byonna ebyo bya njwanjwa*: All that is empty lies.

nkàága *adj & n eno* sixty.

nkaagâ *n eno* a hand of sixteen counters (seeds) in the mweso

game; a poor manoeuvre (in a game).

nkaajumbe *n eno* bundle of straw from an old house thatch.

nkaatu *n eno* overfermented beer; vinegar.

nkaayi *n eno* a mouthful or draught of beer; alcohol.

nkabala *n eno* ploughed land.

nkago *adj & n eno* (of a banana plant) yielding the cooking type of banana, contrasted with *mbidde*, whose fruit is processed into juice or beer.

nkaka *n eno* billiousness; jaundice; hepatitis.

nkakaba *adv* unblinkingly; hard-faced.

nkalabanda *n zino* marshy grounds; bogs.

nkalajje *n zino* dry unproductive land; rocky patch.

nkalakkalira *adv & n eno* always; permanently; permanence.

nkalamata *n eno* extreme thirst; dehydration.

nkali *n eno* (rude term for) urine.

nkalu *n eno* (wrestling trick) leg-hook (intended to trip an opponent); tough struggle or opposition.

nkalyantya *adj* intimate (friend); beloved; close associate.

nkambi *n eno* camp; settlement.

nkanaga *n eno* big thorn; thorny plant.

nkanamo, nkanamu *n eno* prosecution fee (paid by a complainant in a traditional court).

nkanga *n eno* light bag; tool box.

nkanja *n zino* dregs, esp of sorghum used to ferment banana beer.

nkanu *adv & n zino* with a hard unblinking look; aggressive look.

nkanyanya *n zino* wrinkles.

nkasi *n eno* oar.

nkasu *n eno* poor aim; inability to hit a target (opposite of *ntomo*).

nkata *n eno* pad, esp made of banana leaves, for cushioning a load on the head; *kukuba nkata*: give a generous donation.

nkati *n eno* 1. plant giving bright blue beads; 2. round object made of these beads placed in a diviner's shrine.

nkazaluggya *n eno* sparrow.

nkebuka *n eno* dung, faeces, especially when regarded as a clan totem or symbol; *Waliwo abeddira enkebuka*: There are people who have faeces as their totem.

nkejje *n eno* small lake fish, often sun-dried and strung on twigs.

nkenku *adj & n eno* poorly brewed, overbrewed or overfermented beer.

nkennembi *n eno* sugar ant.

nkenyera *n eno* disability; complication.

nkere *n zino* a colony of frogs.

nkerebwe *n eno* type of black squirrel that lives in burrows but is also a good climber.

nkerettanyi *n eno* 1. hoe; 2. shrewd, sly person.

nkessi *n eno* spy; investigator; lookout.

nkete *n eno* underwear.

nkiiya *n eno* hairline, esp when elaborately styled by shaving.

nkima *n eno* monkey; any of the smaller apes.

nkiringi *n eno* pellet, as of a goat's droppings.

nkiso *n eno* privacy; secrecy; confidentiality.

nkizo *n eno* advantage (over someone); privilege.

nkoba *n eno & zino* 1. kind of tree, valued for its timber; 2. (*zino*) strong muscles; *Nkoba za mbogo zeggya zokka mu bunnya*: The sinews of the buffalo pull themselves out of a trench.

nkobe *n eno* baboon.

nkoboggo *adj & n eno* stunted; wobbly; stunted child.

nkobokobo *n zino* knock knees.

nkodomali *n eno* fool; idiot; imbecile; ignorant person.

nkofu *n eno* guinea fowl, esp of the blue-helmeted variety.

nkoko *n eno* chicken; domestic fowl; chicken flesh.

nkolo *n eno* tuber at the base of a banana plant.

nkolokooto *n eno* (threat of) drastic action; attack; *Bawera nkolokooto*: They are threatening to attack (or take drastic action).

nkolwa *n zino* troop of mongooses.

nkolwa *adj & n eno* water mixed with salt that serves as sauce.

nkomeredde *adv & n eno* permanently; permanence; lasting.

nkomerero *n eno* end; ending; final.

nkompe *n zino* deep hollow; sunken state.

nkomyo *n eno* prison; jail; detention.

nkondo *n eno* peg; post for tethering an animal.

nkondwe *n eno* (substance from the) decomposing pith of a banana stem.

nkóngé *n eno* water weed; vegetable remnants floating in a well.

nkônge *n eno* stump (of a tree); obstacle.

nkóngolo *n eno* dead foetus stuck in the womb.

nkóngóló *adv* endlessly; tediously long.

nkoni *n eno* kind of euphorbia with sappy dark green stalks and spikes, favourite as a hedge plant.

nkonkonamuti *n eno* woodpecker.

nkonokono *n zino* left-handedness.

nkoofiira, nkuufira *n eno* hat; cap; helmet; ready-made headgear.

nkooge *n eno* kind of spinach with broad, coarse leaves.

nkoomi *n eno* smoking heap of burning matter; pyre.

nkoona *n eno* back of the head.

nkota *n eno* bunch (e.g. of bananas).

nkoto *n eno* 1. rear part of the fireplace; 2. back of the head; nape of the neck.

nkovu *n eno* scar.

nkú *n eno* hardy kind of grass with thin needle-like blades.

nkuba *n eno* rain.

nkufu *n eno* hard, permanent swelling on the face.

nkuggu *adj & n eno* missing a part of the expected length; missing a handle; stumpy; stumps.

nkuku *n eno* hard knock on the head with the knuckles; torture.

nkukunala *n eno* protrusion; sticking out; *Ekyo kya nkukunala*: That is obvious.

nkukunyi *n eno* flea.

nkula *n eno* nature (of a being); natural state.

nkúlá *n eno* rhinoceros.

nkulo *n zino* pieces of meat or flesh scraped of an animal hide.

nkulugu *adj, adv & n eno* smug; smug, self-satisfied, crafty; con person.

nkulukuku *n eno* low grey anthill, usually found in marshy areas.

nkulukuse *n zino* traces of any flowing liquid.

nkulukuunyo *n eno* (trodden or scorched area, showing) signs of a fight or struggle.

nkuluze *n eno* treasury; treasure house; the treasury department of the Kabaka's government.

nkumbi *n eno* 1. hoe; 2. a small towel carried by women for personal hygiene.

nkumu *adj & n eno* numerous; abundant; large number.

nkumuliitu *adj* numerous; in large numbers; in multitudes.

nkunamyo *n eno* indecent dress; miniskirt.

nkundi *n eno* threat; round of trouble; *Omusujja gusitudde enkundi.*

nkunku *adj* (of a cow or goat) hornless.

nkunukkira *n eno* crude outgrowth; gross protrusion.

nkusibiddaawo *n ono & adj* children's game, restricting an opponent's movements; restriction; *ebitaala binkusibiddaawo*: traffic lights.

nkusu *n eno* parrot; mindless imitator.

nkuta *n zino* (pl. of *lukuta*, which is rare) outer skins; id: *Beerya nkuta za mimwa*: They have absolutely nothing to eat (lit: are chewing the skin of their lips).

nkuti *n eno* underwear (especially a man's).

nkutu *n eno* waist cloth; loin cloth.

nkuufiira, nkoofiira *n eno* hat; cap; beret; helmet.

nkuuka *n eno* occasion of great ceremony; celebration.

nkuuli *adv & n zino* in unbeatable style; *Beeriisa nkuuli*: They are unbeatable.

nkuyanja *adj & n eno* numerous; abundant; large number.

nkuyege *n eno* the worker ant in a termite nest.

nkuyo *n eno* spinning top; *Kukuba nkuyo*: To spin tops as a game.

nkuyu *n eno* kind of fish.

nkwa *n eno* (cattle) tick.

nkwakwa *n zino* area of the body between the shoulders and the armpits; shoulder blade.

nkwale *n eno* partridge; small wild fowl often trapped as game.

nkwanzi *n zino* decorative beads.

nkwawa *n eno* armpit; area under the arm.

nkwenge *n eno* superb stirling; medium-sized bird with a green plume.

nkya *adv & n eno* morning; in the morning; tomorrow.

Nnaabagereka *n ono* official name of the Kabaka's wife.

nnaakalyakaani *n ono* 1. scrupulously generous and fair person; 2. socialism.

nnaakyemalira *n ono* dictator; uncooperative person

Nnaalinnya official sister-companion of a reigning Kabaka.

Nnaalongo *n ono* 1. mother of twins; (affectionate name for) wife; 2. weed with bitter dark green leaves believed to have malaria-curing properties.

nnaanansi *n eno* pineapple.

Nnaava *n ono* title name for the daughter of a princess.

nnabaana *n ono* uterus; the womb.

nnabaki *adj (interrog)* what kind?; *Muntu nnabaki?*: What kind of person?

nnabangogoma *n ono* a kind of grass hopper with a pronounced horn-like antenna.

nnabansasaana *adj & n ono* joined in a pair (like siamese twins); joined pair of bananas.

nnabbambula *adj & n ono* very hot; blazing; huge blazing fire.

nnabbambula *adj & n ono* blazing; a huge blazing fire; *omuliro nabbambula*: blazing fire; conflagration.

nnabbi *n ono* prophet.

nnabbubi *n ono* spider.

nnabbuguma *n ono* (disease of) excessive heat in the womb, believed to cause miscarriages.

nnabe *n ono* variety of ants known for attacking and destroying termite or white ant nests; secretly and destructive person.

nnabeefunye *n ono* green worm often found on vegetable leaves.

Nnabijjano *n ono* a name of honour for the Namasole, the Kabaka's mother (lit: "lady of wonders").

nnabeerubeeru *adj & n ono* very light skinned; pale; white; light skinned person.

nnabikande *n ono* the royal midwife (lit: "lady of the shrubs").

nnabugi *n ono* smooth good quality bark cloth; the *mutuba* (fig) tree from which the bark for this cloth is obtained; *Agenze nabugi si mufungize*: S/he left in disarray (or in an undignified fashion; lit:

without holding up her or his neat clothes).

Nnabuzaana *n ono* a goddess or spirit, reputed to have originated from Bunyoro.

nnabyejeegula *adj & n ono* shameless; lacking self-respect; shameless person.

nnabyewanga *adj & n ono* pretentious; overambitious; an overreacher.

nnagalaale *adj & adv* abandoned; uncared for; without attention or security.

nnaganga *n ono* animal (especially goat) hoof disease, caused by living in unclean shelters.

nnaggagga *n ono* very wealthy person; tycoon.

nnaggamba *n ono* careless, irresponsible person; *Asuddeyo gwa nnaggamba*: S/he is paying no attention; not taking matters seriously.

nnaggomola *n ono* extremely serious or capital offence; *Yazza gwa naggomola*: S/he committed a very serious crime.

Nnajjalwambi *n ono* name given to a child born after the death of the father.

nnajjolo *n eno* sickle; machete.

nnaka *adj & n zino* variety of edible white ants, particularly associated with the Bulemeezi area.

nnakabugo *adv & n eno* vervet monkey.

Nnakabutuzi *n ono* respectful and endearing name for a mother.

nnakakongo *adv & n ono* upside down; (standing) on one's head; *okusimba nakakongo*: to stand on one's head (fig: to adamantly resist or oppose).

nnakalanga *adj & n ono* dwarf; pigmy.

nnakasugga *n ono* vegetable with broad tender leaves commonly steamed and eaten without any seasoning.

nnakati *n ono* same as *nnakasugga* above.

Nnakato *n ono* – name of a girl who come last in a set of twins.

nnakawere *n ono* – new mother.

nnakazadde *n ono* – woman folle.

nnakibengeya *n ono* bush fire, believe to start spontaneously with an explosion during the dry season.

nnakimu *n ono* cleft-lipped; harelipped; cleft-lipped person.

nnaku *n zino* misery; poverty; suffering; *alabye ennaku*: he suffered; *ennaku zikulabye (olabye ennaku)*: you have suffered.

nnakunkunyedda *adj & n ono* unimportant; low-class; insignificant person.

nnakyebowa *adj & n ono* a kind of edible mushroom.

Nnalubaale *n eno* Lake Victoria.

nnalugooti *adj* strikingly tall woman.

nnaluwali *adj & n ono* indisciplined, uncotrollable (person); tomboy.

Nnamasole *n ono* queen mother; the mother of the Kabaka.

nnamatimbo *n ono* chrysalis; pupa.

nnammere *n ono* stunted banana fingers found in an otherwise healthy bunch.

nnamulondo *n eno* the Kabaka's throne; *Okulinnya ku nnamulondo*: To accede to the throne; become kabaka.

nnamunene *n ono* jocular or teasing name for a fleshy or fat woman or girl.

nnamunnungu *n ono* (pl: *binamunnungu*) porcupine.

nnamunswa *n ono* queen ant; (one of the praise names) for the Kabaka.

nnamusa *n eno* greeting; mode of greeting.

nnamutaayika *adj & n ono* comprehensive; all-inclusive.

nnamusuna *n ono* chicken pox.

nnanda *n eno* type of creeping weed with stiff leaves, comon in gardens; *kusamba nnanda*: work in the garden (lit: kick the weeds).

nnandigobe *adj & n ono* 1. extremely beautiful; 2. swamp shrub with a bright purple flower.

nnandigoya *n ono* kind of yam, usually planted in banana gardens.

nnandiki, nnantiki *adv & conj* or; alternatively.

nnanfuusi *adj n ono* unreliable; hypocritical; double-tongued; hypocrite.

nnanga *n eno* 1. (music) lyre, harp, any keyboard instrument (piano, harmonium, organ); 2. anchor.

nnangaazi *n eno* kob (antelope).

nnanka, nnankani *n eno* what-do-you-call-it; thingummy; thingumajig; thingmabob.

nnankulu *n ono* headwoman; mother superior.

nnannyini *n ono* owner (of something); *Nnannyini ngatto azeetaaga:* The owner of the shoes needs them; *nnyini* often has pronoun endings (in the appropriate classes) attached to it to show who or what is owned, e.g. *nnannyinigo*: the owner of a thing (in the *ma-* class, e.g. *mazzi mata* or *maaso*); *nnannyinirwo*: the owner of something (in the *lu-* class, e.g. *lugoye, luggya*).

nnannyinimu *n ono* head of the home; man of the house; (respectful name for) the Kabaka.

nnantebe *n ono* chairwoman

nnassolo *n ono* first-born daughter of the Kabaka.

nnasswi *n eno* litle finger.

nnazzikuno *adv* formerly; in the past.

nneema *n eno* grace of God.

nniimu *n eno* lemon fruit.

nnimaawa *n eno* lime fruit.

nno *adv (intensifier)* finally, in the end (frequently added to *awo, kale* and *sso*); *awo nno*: and so in the end; *kale nno*: finally therefore; *sso nno*: while on the other hand,

nnoga *n eno* 1. morsel; mouthful; *kukuba nnoga*: eat with relish; 2. skin condition in babies, believed to be caused by the mother using salt during pregnancy.

nnongo *n eno* dryland tree with diminutive pale green leaves.

nnugu *n eno* (slang) jealousy; ill-feeling.

nnumba *n eno* wasp, esp the aggressive, stinging type.

nnumbu *n eno* wild tuber, eaten only in times of famine.

nnusu *n eno* one shilling; money.

nnuuni *n eno* appendix (in the body).

nnya *num* four (in the *n-* class); the form changes according to the class of the objects referred to, e.g. *abantu bana*: four people; *ebitole bina*: four lumps; *emiti ena*: four trees; *amatu ana*: four ears.

nnyaabwe *n ono* their mother.

nnyaanya *n eno* tomato.

nnyabo *n ono & interj* 1. my mother; 2. respectful title or address for a woman; 3. sympathetic reference to a woman; *nnyabo wange*: poor woman; 4. *nnyabo! (maama nnyabo!)*: exclamations of surprise, pain, anger or excitement, depending on the context.

nnyaffe *n ono* our mother.

nnyalwe *n eno* desire; strong expectation.

nnyama *n eno* meat; flesh.

nnyammwe *n ono* your (plural) mother.

nnyanga *n eno* bottomless pit; abyss.

nnyange *n eno* white egret; cattle bird.

nnyanja *n eno* lake.

nnyanjula *n eno* introduction; launching.

nnyanyaagize *n eno* cricket (insect).

nnyazaala *n ono* mother-in-law (esp the mother of a woman's husband).

nnyenje *n eno* cockroach.

nnyiike *n eno* indignation; discontent.

nnyika *vt* dip; submerge.

nnyina *n ono* her/his mother.

nnyindo *n eno* nose.

nnyini *adv* really; indeed.

nnyini *n ono* owner (of something); *nnyini nju eno y'ani?*: Who is the owner of this house?; nnyini often has pronoun endings (in the appropriate classes) attached to it to show who or what is owned, e.g. *nnyinikyo*: the owner of a thing; *nnyinizo*: the owner of animals (*mbuzi, nte*).

nnyinimu *n ono* owner of a home; man of the house; (respectful name for) the Kabaka.

nnyo *adv (intensifier)* very; truly; really; *Akola nnyo*: S/he works very hard (a lot).

nnyogoga *vi* be or become cold.

nnyoko *n ono* your (singular) mother.

nnyondo *n eno* hammer.

nnyonnyola *vt* explain; clarify; expound, interpret.

nnyonta *n eno* thirst.

nnyonyi *n eno* 1. bird; 2. aeroplane.

nnyonza *n eno* nightingale.

nnyuka *vi* take a break from work; end work (at the end of the day); knock off; close shop; 2. give up.

nnyulula *vt* take out of water.

nnyuma *adv & n eno* backwards; behind; at the back; rear.

nnyumba *n eno* 1. house; building; 2. homestead; household; group of relatives descended from one immediate male ancestor.

nnyumbu *n eno* mule.

noba *vi* (of a woman) walk out of a marriage.

noga *vt* pluck; pick (fruit or vegetables).

noga *vi* give the right amount of flavour; be properly spiced.

nogoka *vi* break loose and fall.

nokola *vt* go out of one's way to cause or acquire.

nona *vt* fetch; go for.

nonooza *vt* involve oneself in matters which do not concern one; poke one's nose (into other people's business).

noonya *vt* look for; seek; search for.

noonyereza *vi & t* research; look for evidence; investigate.

nsaabo *n eno* container for body cream or lotion.

nsaamu *n eno* mallet; wooden hammer used for beating bark into cloth.

nsaasi *n eno* (in music) rattles, esp the type made of gourds filled with seeds.

nsaazo *n zino* vibrators (on the strings of a musical instrument); cymbals.

nsalo *n eno* boundary; border.

nsawo *n eno* bag; fund; medicinal recipe.

nseenene *n eno* variety of grasshopper, collected and eaten as fried snack.

nseko *n zino* laughter;

nsenke *n eno* growth on the eye; trachoma.

nsi *n eno* the earth; country.

nsibo *n eno* strengthening substance, e. g. ground

shards added to clay for making pots; booster.

nsibuko *n eno* origin; source.

nsigo *n eno* 1. seed; pedigree; 2. kidney.

nsiitaano *n eno* violent fight or struggle, esp between two individuals; marks or signs of such a struggle.

nsiiti *adj* beautiful; elegant; *balunginsiiti*: cat (perceived as an image of animal beauty).

nsikirano *n eno* heredity; inheritance from parent to child; *Obwa Kabaka bwa Buganda bwa nsikirano*: Buganda kingship is hereditary.

nsiko *n eno* grassy patch; jungle; bush; overgrown piece of land.

nsikya *n eno* thick neck; neck of an animal.

nsimbi *n eno* cowrie shell; money.

nsimu *adj & n eno* old, worn-out (hoe).

nsindikagano *n zino* large, pressing crowds; melée.

nsingo *n eno* neck.

nsinjo *n eno* mattock; heavy metal tool for breaking up soil, rock or wood; chisel.

nsiri *n eno* mosquito; gnat.

nsisi *n eno* shock; terror.

nsobi *n eno* mistake; error.

nsogasoga *n eno (zino)* castor oil seed.

nsokolosokolo *n eno* distant, isolated areas, difficult to reach.

nsole *adj & n eno* very young, baby (dog); puppy.

nsolo *n eno* animal; beast.

nsombabyuma *n eno* little rat-like rodent believed to collect metals and store them in its burrow.

nsonda *n eno* corner.

nsonga *n eno* cause; significance; importance; reason; logic.

nsongola *adj & n eno* female bushbuck.

nsononsi *n eno* early morning sun.

nsonyi *n zino* 1. shame; embarrassment; shyness; 2. sense of decency.

nsonzi *n eno* eel; trout; mud-fish.

nsowera *n eno* fly; house fly.

nswéra *adj & n eno* spitting cobra; black mamba.

nsugga *n zino* vegetable with broad dark green bitter leaves.

nsula *n eno* way of spending a night; accommodation, sleeping arrangements; way of life; *bamanyiganye endya n'ensula:* They are intimate friends (lit: they know each other's eating and sleeping ways).

nsulo *n eno* spring (of water); water source; fountain of water.

nsuma *n eno* long-nosed scaleless fish found in Lake Victoria, revered as symbol of the main clan on the Buvuma islands.

nsumattu *n eno* unfounded and irresponsible statements.

nsumbi *n eno* small clay pot with a long neck.

nsundo *n eno* wart.

nsunu *n eno* kob (animal); kind of antelope.

nsungwe *n eno* placenta.

nsuuluulu *n eno* mattock.

nsuwa *n eno* clay water pot.

nswa *n eno (zino)* edible white ant(s).

nswagiro *n zino* sound of moving feet or paws.

nswaswa *n eno* monitor lizard.

nswera *n eno* fly; house fly.

nswéra *adj & n eno* cobra; black mamba.

ntaanya *n eno* accident; serious problem.

ntabwe *n eno* cause of a problem.

ntakke *n eno* white ant; prov: *Amagezi ntakke, ekula y'ebuuka*: Wisdom is like white ants, only the ripe one flies out.

ntalaganya *n eno* type of small antelope inhabiting light woods; people of the *ntalaganya* clan.

ntambaazi *adj & n eno* aggressive; invading creature.

ntamu *n eno* 1. large cooking pot, esp the type made of clay; 2. large type of water buck.

nte *n eno* cow; bull; ox; cattle.

ntebe *n eno* 1. chair; seat; 2. position of responsibility.

ntege *n zino* part of the leg, around the ankles; *Tukukutte entege n'amagulu*: We beseech you most humbly (lit: we hold you by the ankles and legs).

Ntenvu *n eno & ono* 1. banana beetle; 2. December, referring to the period when beetles appear in the gardens to feed on the ripening bananas.

ntobo *n eno* bottom (of a container).

ntoozo *n eno* pincers; fork; any appliance for picking up objects.

ntubiro *vi* bog, morass.

ntugga *n eno* 1. giraffe; 2. armband made of giraffe hair.

ntula *n eno* bitter berry, eaten as a vegetable.

ntumba *n eno* stoop around the shoulders.

ntumbwe *n eno* calf (of the leg).

ntungiri *n eno* parson's nose.

ntungo *n eno* simsim; sesame.

ntuntunu *n eno* gooseberry.

ntuumu *n eno* heap; pile.

ntuuyo *n zino* perspiration, sweat; hard work; *Biva mu ntuuyo*: Propriety comes from sweat.

ntwere *n eno* incompletely fermented banana beer.

nuuka *vi* be pulled out; suffer a sprain.

nuula *vt* pull out or down, e.g. a cob of maize from the plant.

nuuna *vt* suck; sip at.

nuusa *vt* sniff; inhale; *Anuusa obugolo*: He takes snuff.

nva *n zino* sauce; gravy; vegetables; *Nva ndiirwa*: green vegetables (unmixed with gravy).

nvamumba *adj* decisive (e.g. blow); final; knock out.

nvi *n zino* white hair; grey hair.

nviiri *n zino* hair.

nvubo *n eno* hole dug at the foot of an anthill in order to trap white ants.

nvubu *n eno* hippopotamus.

nvujjo *n eno* crop tax; payment to landlord in kind.

nvuma *n eno* 1. tiny river anemone, recognized by one Baganda clan as their totem or symbol; 2. bonded slave.

nvumbo *n eno* wax.

nvunyu *n eno* maggot; worm.

nvunza *n eno* jigger.

nvuumuulo *adj* strong; powerful.

nyaabula *interj* ah so!

nyaanyaagira *vi* sound out; blare (of music).

nyaga *vt* take by force; snatch; loot.

mu –nyaga *adj* (of a person) shabby; dirty.

nyeenya *vi & t* shake; tremble; cause to shake.

nyega *vi & t* utter a word, (usually used in the negative); *yayogera bingi naye nze nga sinyega*: S/he said a lot but I did not utter a word.

nyegeekereza *vt* fidget with (an apparatus).

nyegenya *vi* be loose; fail to stand firm.

nyegera *vi* make a long slow journey.

nyenyeera *vi* (of teeth) be on edge.

nyiga *vt* press; massage or dress (a wound); squeeze.

nyigiriza *vt* press down; oppress.

nyiiga *vi* be or become angry; feel indignant; be annoyed.

nyiigomba *vi* be discontented; sulk permanently or for a long time.

nyiikaala *vi* be unhappy; be openly dissatisfied with a situation.

nyiikira *vi* try hard; exert oneself; intensify; persist.

nyinnyittira *vi* increase in strength; intensify.

nyirira *vi* be or become neat and elegant; appear healthy and well-groomed.

nyiza *vi & t* blow one's nose.

nyolwa *vi* feel sorrowful; regret.

nyoola *vt* twist; turn round.

nyooma *vt* despise; deny respect; treat with contempt.

nyugunya *vt* throw; hurl.

nyulula *vt* hurt with a light, creeping pain; *Amagulu gamunyulula*: Her/his legs are weak with a creeping pain.

nyumunguka *vi* brighten up; open up.

nyumunguza *vt* rinse; wash out; *kunyumunguza mu kamwa*: gargle.

nyumya *vi & t* 1. chat; converse; 2. narrate; tell (a story); give an account of.

nyuunyuutula *vi & t* taste extremely sweet.

nywa *vt* drink; take alcohol.

nywana *vt* make friends with.

nywera *vi* stand firm; be firmly fixed.

nywegera *vt* kiss.

nzaalwa *adj & n eno* native; born and bred (in a place); *Mwana nzaalwa wa wano*: S/he is a true native of this place.

nze *pron* I; me.

nzige *n eno* locust; *Ennyanja eyo bagiyita Mutta-nzige*: That lake is called the locust-killer (i.e. Lake Albert).

nzigotta *n zino* slummy, overcrowded and disorganized area.

nziiziiri *n eno* black water beetle.

nziriga *n eno* lovely black sheen; id: *Atemagana enziriga*: She is beautifully black.

nziro *n eno* soot; *Tomusiiga nziro*: Do not (lit: smear her/him with soot) ruin her/his reputation.

nzo *n eno* 1. tree with strong sturdy stem; 2. whips made of *nzo* twigs; id: *Ababikka enzo*: He (lit: covers them with whips) flogs them.

ŋ ŋ

ŋaa! *interj* (imitation of) the cry of a baby.

ŋaaŋaala *vi* make a loud reedy noise.

ŋaŋala *vi* (of a dog) yelp.

ŋeŋeŋeŋe! *interj* (rude and contemptuous mimicry implying) nonsense!

ŋŋaali *n ono* (*pl. biŋŋaali*) crested crane, crown bird.

ŋŋaaŋa *n eno* hornbill.

ŋŋamiya *n eno* camel.

ŋŋano *n eno* wheat; wheat flour.

ŋŋo *n eno* banana flower.

ŋŋoma *n eno* drum; kingdom; royalty.

ŋŋonge *n eno* otter; totem of the clan descended from Kiganda.

ŋŋumyamutwe *adj & n eno (ono)* diehard; hardened and incorrigible offender.

ŋŋunda *n eno* long-necked drinking gourd; flagon; flask.

ŋŋunjula *n eno* training; education; upbringing.

ŋŋunyu, nkuyu *n eno* a variety of lake fish.

ŋŋuumi *n eno* punch; fist stroke.

ŋoŋŋotta *vi* utter indistinct nasal sounds.

ŋoo! *interj* (imitation of) the lowing of cattle; moo!

ŋoola *vt* heckle; deride.

ŋooŋa *vi* (of cattle) low; moo.

n.b. many lu- class words whose singular stems start in –ga or –ge form their plural starting in ŋŋ-, e.g. lugambo/ŋŋambo, Luganda/ŊŊanda, lugendo/ŋŋendo.

O o

o- *pref* initial vowel to stems whose first vowel is –o or -u, e.g. o-mwoyo; o-musajja.

o! *interj* exclamation suggesting surprise.

oba *conj & adv* 1. or; 2. possibly; maybe.

kw-obeera *vi* feel very weak or deflated.

oboolyawo *adv* perhaps; possibly; probably.

kw–ogoloza *vi & t* exceed limits; perform an action to the extreme; rinse.

kw-okerera *vi & t* 1. be lukewarm; heat up; 2. burn a (person's) house; attack with arson.

kw-okya *vt & i* 1. burn; roast; bake; scald; 2. be hot.

kw-ola *vt* 1. raise; bring up (e.g. a child); 2. cut decorations into a surface.

kw-oleka *vt* display; point out.

kw-olekera *vi & t, & prep.* 1. move towards; point towards;

2. be face to face with; 3. opposite; in the face of.

kw-olesa *vi & t* exhibit; show to the public.

mw-olo *adj* poor; destitute.

kw-oloola *vt* give (an unexpected) boost to.

kw-onoona *vi & t* 1. do wrong; sin; 2. spoil; damage.

kw-osa *vi* miss a day of work; fail to keep an appointment.

kw-ota *vt* warm oneself at a fire or in the sun; fig: see or watch at close quarters; *Naabakyala twamwose buliro*: We saw the queen at very close quarters.

kw-otereza *vt* treat (a patient) with smoke from burning herbs; expose an object (e.g. a pot or piece of bark cloth) to smoke from aromatic herbs.

kw-oteza *vt* treat with steam from herbs.

otyo! *interj* expression of relief, agreement or encouragement.

owa! *Interj* expression of annoyance, boredom or irritation.

owange! *Interj* a call to attract a person's attention (lit: my person; my dear); "I say".

kw-oya *vt* have a strong urge (to eat something); long for; *Omukyala owoolubuto ayinza okwoya ebbumba*: A pregnant woman may long for clay (to chew).

kw-oza *vt* wash (an object).

P p

paala *vi* rush wildly off; leave rebelliously.

paaluuka *vi* leave in a mad rush.

paapaala *vi* (of a bird) flap wings noisily; fly with a loud flap of wings; dash off hurriedly.

paasipalamu *n ono* hardy, broad-leaved grass frequently planted as lawn or gabion cover.

paaza *vt* lead (a person) away without permission; elope with.

pakasa *vi & t* work as a labourer; earn one's living; earn money.

-pakasi *adj* (of, like a) working person; working-class.

pakira *vt* pack; fill (a sack) with; load a vehicle.

pakuka *vi* move quickly and anxiously or restlessly.

palappalanya *vi* be full of excuses; seek a way out of an obligation.

panga *vt* make plans; (esp: *pangapanga*) devise cunning ways.

pangulula *vt* dismantle; take apart.

papa *vi* panic; be unsettled; be overanxious.

papirira *vi* rush; try to do everything in a hurry.

pasuka *vi* explode; run with loping steps.

peeruuka *vi* lose colour; become pale.

pepepe! *interj* exclamation or intensifier suggesting an extreme quality.

pepeya *vi* blow freely in the wind; enjoy life; revel in a comfortable situation.

pika *vt* pump; inflate.

pikaapika *vt* incite; encourage someone to do (esp wrong).

pima *vt* measure; weigh.

pimpina *vi* trot along, esp with short, weak steps.

pipira *vi* act clumsily.

piripiri *n ono* red pepper; pimento.

poliisi, puliisi *n eno* the police; police station.

polomoka *vi* fall apart; disintegrate.

pondooka *vi* weaken (especially in resolve); relent; retreat.

Ppaapa *n ono* the Pope.

ppaapaali *n lino* pawpaw; papaya.

ppaasipooti *n eno* passport.

ppaka *prep* up to; until.

ppamba *n ono* cotton; cotton plant.

ppanya *n eno* narrow footpath; little alley; illegal route.

ppeera *n lino* guava; pear.

ppeesa *n lino* button.

ppekiseeni *n eno* close examination; inspection; *kukuba ppekiseeni*: inspect.

Ppere *n ono* white Catholic priest, esp of the White Fathers order.

ppereketya *adj* (of weather) extremely hot and dry.

ppipa *n eno* metal drum; barrel (e. g. of oil).

ppotolo *n eno* expedition; police raid; patrol.

S s

saaliza *v & t* excite envy or jealousy.

saanika, sanika *vt* cover food, esp with banana leaves, for cooking.

saanikira *vt* cover; put a lid upon.

saanira *vi* be appropriate; be worthy of; *Asaanidde ekitiibwa*: S/he deserves the honour.

saanuuka *vi* melt; dissolve.

saanya *vt* finish up; wipe out; destroy.

saasaana *vi* scatter; disperse.

saasira *vt* pity; have mercy on; pardon; condole.

saatawala *vi* (female animal) become unable to calve.

saatuuka *vi* walk recklessly about; jawalk; trespass.

saawa *v* slash grass; clear the grass and bushes before digging up a field ready for planting.

sa *vt* grind (esp millet or sorghum); wipe out.

saaba *vt* smear oneself with.

saabaana *vi* become smeared with.

saabulula *vt* dilute sauce or drink

saabuulukuka *vi* become dilute

saaga *vi* joke; take things lightly.

saakaala *vi & t* 1.(of the voice) become hoarse; lose one's voice; *Obulago bunsaakadde*: My voice (lit: throat) has gone hoarse.

saakaanya *vi & t* chorus; sing in unison.

saala, kusââla *vi & t* 1. (Muslim) pray;

saala, kusáálá *vi & t* cause regret; arouse a sense of loss.

saalimba *vi* move recklessly around; tresspass.

saalirwa *vi & t* regret; miss.

saba *v* ask for something or pray.

saba *vi & t* ask for; beg; pray.

sabika *v* wrap.

sabira *vt* ask on ones behalf of; pray for.

sabirira *vi & t* hope and pray earnestly for (something to happen).

sabiriza *vi & t* asking endlessly (for some thing); beg.

sabuka *vi* (mouth) suffer a peeling off of the membrane.

sabula *vt* whip; (slang) sport smart clothes.

saddaaka *vt* sacrifice; offer as a sacrifice.

sagaasagana *vt* be restless; be unsettled.

sagala *vi* hang or stand loose; move with a fluid movement.

-sagala *adj* Hima; like or related to the cattle-keepers of Ankole; *ente ensagala*: Ankole cattle.

sagambiza *vi* jubilate or celebrate excitedly.

saganyuka *vi* show exaggerated excitement or pleasure.

saggula *vt* start and chase (an animal animal during a hunt).

saka *vi & t* seek and collect; work (for someone)in return for food.

sakata *vt* beat up; thrash.

sala *vt* cut; decide; *Omulamuzi asala omusango*: A judge decides a case; *kusala*

magezi: to make a plan; decide on a course of action.

salabatta, salasatta *vi* move with a rustling sound.

salawo *vi* make a choice; take a stand.

salika *vi* take an unexpected or unauthorized route; break away (from a group).

salinkiriza *vi* take undesirable shortcuts.

salira *vt* prune, esp banana plants.

saliriza *vi* be unfair; lack objectivity in judgement.

samba *vt* kick.

sambagala *vi* kick vigorously about; move one's legs powerfully.

sambula *vi & t* clear the land in preparation for planting.

samwassamwa *v* talk ignorantly and irresponsibly; spread baseless rumours.

sandabula *vi & t* weave at great speed; work with sure speed.

sangula wipe a sticky substance off (a surface).

sanika *vi & t* same as "*saaniika*" above.

sanjaga *vt* kill by cutting with a panga.

-sanjufu *adj* of a strong tall build.

sannyalala *vi* be or become paralysed.; be numb.

sanyuka *vi* rejoice; be happy; celebrate; have a good time.

sasambula *vt* violently tear layers or strips off; attack savagely.

sasula *vt* pay; settle a debt.

sattira *vi* pace around in agitation; move restlessly.

sattuka *vi* fall apart; disintegrate (esp of a woven object).

sattulula *vt* unravel; pull apart; dissolve.

saza *vt* cross; cross out.

sebbasebba *vt* gradually and deftly seduce; chip away at an object.

seddoolo *adv & n ono* helplessly and uncomprehending; dim and dull idiot.

seddume *n eno* male animal; bull; he-goat.

seebengerera *vi* gradually dissolve; (of a mound) be levelled into the ground.

seemya, seemyaseemya *vt* seduce; tempt.

seenyuuka *vi* (of hair) turn thin and pale (with disease or malnutrition).

seera *vi & t* overcharge; sell expensively.

seerera *vi* slip, slide; be slippery.

seesa *vt* stoke up a fire; pull up (e.g. a sliding pair of trousers).

seeyeeya *vi* move smoothly and lightly, like a boat on calm waters or a bird in the air; float along.

seguka get away; withdraw (from a place).

seka *vi* laugh.

sekerera *vt* laugh at; ridicule.

sekereza *vi* laugh or smile insincerely.

sekula *vt* pound; grind in a mortar; strike hard.

semba *vi* come last; be the last.

semba *vt* support (a person or an opinion).

sembera *vi* 1. come close; draw closer; 2. (Christian) receive communion.

sena *vt* draw water (or any liquid); scoop out a liquid or powdery substance.

senda *vt* level the ground.

sendasenda *v* lure; seduce; slyly persuade.

senga *vi & t* settle at (a place); join (a leader or a community).

senguka *vi & t* move away permanently (from a place); migrate; leave (a community).

sennya *vt* collect or fetch (firewood).

senya *vi & t* brush (one's teeth).

sera *vi & t* 1. practise witchcraft (esp of the cannibalistic night-dancing variety); 2. cast a spell upon.

sereba *vi* decline; go down in quality or quantity.

serebu *adv* move to and fro endlessly; constantly (on the move)

sereka *vf* thatch; put a roof (on a building).

serengeta *vi* go downhill; descend.

sesema *vi & t* vomit; throw up; retch.

sezzira *n ono* kind of weed.

siba *vi & t* 1. tie (up); bind; imprison; 2. (of a vehicle) brake; stop; put on the brakes.

sibuka *vi* originate from.

sibira *vt* entrust (livestock) to a tender; *Embuzi yange nnagisibira Kiwanuka*: I put my goat into Kiwanuka's care.

sibirira *vt* pack a meal or a snack (for someone); give provisions to.

siga *vt* sow; plant, esp grain.

sigula *vt* 1. dig up, uproot; seduce, tempt; give false confidence.

siiba *vi & t* 1. spend the day (between morning and evening); *Osiibye otya?*: How has your day been? (evening or late afternoon greeting); 2. abstain from (food or drink); fast; observe a religious fast (e.g. ramadhan or lent).

siiga *vt* 1. smear; rub in; anoint (with oil); 2. paint (a picture); 3. infect with (a disease).

siiga *vt* send (a child) to the palace for education.

siika *vt* fry; roast in an open container.

siikuuka *vi* be disturbed; be stirred up; *Emmeeme ensiikuuse*: I feel nauseated.

siima *vi & t* 1. appreciate; thank; be grateful for; 2. be pleased with; be pleased to; S*saabasajja asiimye okulabika eri Obuganda*: His Majesty has gracefully agreed to appear to his subjects.

siimuula *vt* wipe; rub gently.

siinya *vi & t* give a hint about; mention discreetly.

siira *vt* plaster a floor; put final touches to a building.

siisiitira *vt* caress and cajole.

siiwa *vt* itch; irritate the skin.

siiya *vt* make hissing sounds (at a person).

siiyiika *vt* burn with a thin flame or heated rod.

sika *vt* pull; drag.

sika *vi* become the heir; take over the position of a retired or deceased person.

sima *vt* dig (a hole); dig out of the ground; *Bagenze kusima lumonde*: They are gone to dig up sweet potatoes.

simattuka, sumattuka *vi* fall accidentally; slip from the hands and fall.

simattula, sumattuka *vt* drop (something) accidentally; make unfounded and irresponsible statements.

simba *vt* plant; stick (something) in the ground.

simbula *vi* pull out; start off; take off.

simbuliza *vt* transplant

simula *vt* dig up.

sinda *vi & t* groan or moan in pain; express deep feelings.

sindiikiriza *vt* push off persistently; force (a person) away from a place or a group. push; send; *Mu lukiiko tusindikeyo Mukasa*: Let us send Mukasa to the meeting (to represent us).

sindogoma *vi* ring out with a boom (of musical instruments).

singa *vi & t* 1. be better than; be the best; excel; be right; 2. win (e.g. a match, a case); 3. defeat; overcome; 4. (also *singawo; singira*) dedicate; offer as a bet.

sinika *vt* bare (one's teeth); speak irresponsibly.

sinsimula shake up, divide food into small portions.

sinza *vi & t* pray; worship; adore.

sinziggu *adj* great; mighty big.

sinziira *vi & t* 1. rear back (in preparation for a blow or some other strenuous action); 2. start or act from a given point; 3. be the cause of or the reason for; *Kisinziira ku ki okulwala omusujja?*: What is the cause of catching fever?

siriba punish; deny (a person) food as a punishment.

siriira *vt* be burnt to cinders; (of food) burn for lack of water in the cooking pot.

sirika be silent, be quiet.

siriwala *vi* become stupid

sisimuka *vi* wake up.

sisinkana *vr* meet with.

siisiitira quite down.

sitama squote.

sitima *n* pressure lamp.

situka *vi & n ono* 1. rise; stand up; 2. dandruff.

situla *vt* raise; lift up.

soba *vi* go wrong; exceed; be in excess of.

sobera *vt* confuse; confound; be too much for (the mind of a person).

soberwa *vi* be confused; be at a loss.

soboka *vi* be possible.

sobola *vi & t* be able; manage; afford.

sogga *vt* spear; pierce; thrust (a sharp object) into; *Baamusogga ekitala*: They thrust a sword into him.

soggola *vt* dig up; harvest sweet potatoes.

sogola *vt* make juice, especially banana juice (by squeezing or treading it through fresh grass).

sola *vi & t* 1. pay tax; 2. harvest groundnuts.

solobeza eat noisly.

soma read/study.

somba fetch.

somboola bring in large numbers[unwanted].

somesa teach; instruct.

somoka *vi & t* 1. cross (a river); 2. die.

somola *vt* steal quietly; embezzle.

sonda *vi & t* collect; gather; make a contribution (to a collection).

songa *vt* point (at).

songola *vt* sharpen (e.g. a stick or piece of metal) at one end.

songolankuyege *n lino* sharp stump.

sonsomola hurt sharply; give excruciating pain; excite strong feelings.

sooba *vi* move very slowly.

sooka *vi & t* come first; be the first; start.

soonooka *vi* walk slowly.

soosootola *vt* serve a meal; dish out food; launch.

sosola *vt* 1.pick seeds out (of a fruit); 2. discriminate against.

sosonkereza *vt* provoke; pick a quarrel with.

sossolye *n ono* bulbul bird, usally nesting in banana gardens.

sotta *vt* crush, pound, mash.

sowerera *vt* pay compesation for an offence; pay a fine.

sowoka *vi* slip out (of a container).

sowottoka *vi* slip out (of a bag) and fall.

soya *vt* spear; prod.

ssa *v* put, place

ssa *n* compartiment [of mweso], space.

ssa *vi* 1. breathe; 2. place, put.

ssaabiro *n lino* collarbone.

ssaawa *n eno* clock; watch; hour; *Ssaawa mmeka kati?*: What time (lit: hour) is it now?

ssaawo *vt* set up; institute.

Ssabbiiti *n* Sunday; the Sabbath.

ssabo *n lino* shrine.

sammula *vt* sprinkle, scatter.

Ssebaaseka *n ono* June; maize-ripening season, associated with frequent attacks of fever; attack of fever during this season.

Ssebo *n ono* my father; (respectful title) sir.

ssegereeti *n ono* cigarette.

Ssekappulaali *n eno* (Catholic Christian) scapular; cloth or metal symbol worn as a sign of devotion to the Virgin Mary.

ssekinnoomu *adj & n ono* lone; solitary; separate from a group; person on his or her own; monk.

ssekkesa *n ono* type of large yellow or green caterpillar.

ssekkoteka kind of flowering shrub.

ssemukkuto *n ono* type of cricket believed to be stinging to the touch.

ssemutundu *n eno* type of lake catfish.

ssenga *conj* if; supposing.

ssenga *n ono* paternal aunt, the sister of one's father; young woman's confidant or chaperone.

ssenkaggale *adj & n ono* self-assertive; self-imposing; (self-declared) leader of a group; dominant individual.

ssenkulu *n ono* male leader of a group; male head of an organization.

ssentala *n ono* market supervisor; tax-collector in a market.

ssente *n* cent (one hundredth of a shilling); money.

ssentebe *n ono* chairman.

ssiga *n lino* cooking stone.

ssigga *n ono* scorpion.

ssigiri *n eno* portable iron stove using charcoal.

ssiira *n lino* wooden ring separating ankle bells on a string.

ssiira *adj & n ono* variety of banana tree, with bright pink stalks.

ssiiti *n ono* black and red seed from the flame tree.

ssimu *n* telephone.

ssinga *conj* if.

ssira *n lino* emphasis; Omukulu yatadde essira ku bwesigwa: The elder laid emphasis on honesty.

sso *conj* but; nevertheless.

ssogolero *n lino* juice factory; brewery.

ssokomi *n lino* large worm, often found in old thatch.

ssoya *n ono* soya (soy) plant; soya (soy) bean.

ssubi *n lino* grass; straw; thatch; Ennyumba ez'essubi: Grass-thatched house.

sinsimula shake up, divide food into smaller pieces.

ssuuka *n eno* sheet of cloth; bedsheet; style of dressing in a bodiceless wrap; *Yeesibye ssuuka*: She is dressed in a bodiceless wrap.

ssuuka *vi* recover from an illness; get better.

sswakaba *adj* nonsense, baseless.

suba *v* miss.

subula *v* strip, strip off.

sula *v* spend the night, live at.

sulika *v* turn upside down.

sumattula allow to escape.

sumika *v* knot on.

sumulula *vt* release a prisoner.

suna pinch.

sunda shake.

susumbula peel off; strip off.

sutama see sitama.

suuba swing back and forth.

suubira hope, have hope, expect.

suubula trade.

suula drop, lose, throw.

suulwe dew.

suusuuta flatter, pamoer.

swaga, swagga spear, harpoon.

swakiira be furious.

swala be ashamed.
swama hide out for.
swamirira be on the alert for.

swankula *vi & t* eat or chew noisly.
swaza *vt* put to shame; disgrace; embarrass.

T t

ta *vt* let go; release; untie; unleash; *kuta kaka*: launch a verbal attack (lit: unleash a bitter mouth).
taaba, taba *n ono* tobacco.
taabu *n eno* problem; trouble.
taasa *vt* separate fighters; settle a dispute; defend.
Taata *n ono* endearing name for (my) father; respectful or sympathetic title for a male person.
taataagana *vi* be distracted; fail to concentrate.
taayaaya *vi* move around freely; go around freely.
taba, taaba *n ono* tobacco.
taba *vt* 1. join; combine; 2. get fully under way; take off.
tabaala *vi & t* go to war; make war upon.
tabanguka *vi* be disturbed; get disorganized.
tabiikiriza *vt* carelessly mix; confound unrelated matters.
tabika *vt* mix; blend.
tabuka *vi* be mixed; be confused; go mad.
taga *vi* move restlessly around; panic; *Enkoko etaga, eyagala kubiika:* The hen is moving restlessly around, it wants to lay its eggs.

tagala *vt* totter; be unsteady on one's feet.
taganjula *vt* pull apart; analyse; examine thoroughly.
taggulukuka *vi* come undone at the seams.
takkuluza *vt* release from a tight grip; separate forcibly; prize (an object) from a tight bind.
tala *vi* prance around; parade; form as for war.
talaka *vt* (muslim) divorce.
talika *vi* do the rounds of an area; scout around.
tama *vt* disgust; cloy; cause to dislike.
tambula *vi* walk; loiter; *Kutambula mu basawo*: go consulting diviners.
tandiika *vt* harness (a horse).
tandika *vi & t* start; begin; launch.
tanula *vt* start; initiate.
tawulula *vt* separate combatants; settle an argument.
teeba *vt* hit (as a target); achieve; guess.
teebereza *vt* guess; estimate; imagine.
teeka *vi & t* 1. be settled; be calm; 2. put; place; store (an

object); 3. set up; establish; *Olukiiko luteeka amateeka*: The council makes laws.

teekateeka *vi & t* prepare; arrange; plan.

teerera *vt* suspect (someone) of an offence; accuse falsely.

teesa *vi & t* give an opinion; propose; move a motion.

teevuunya *vi* crawl around; move around in large numbers.

teewuluza *vt* relieve; cause to relax.

tegana *vt* be busy; have a lot of responsibilities.

tegeera *vi & t* understand; realize; appreciate; *Otegeera Oluganda?*: Do you understand Luganda?

tegereza *vi* listen; imagine.

tegula *vi & t* remove an object from its usual or regular position; unset a trap.

tema *vt* cut (with a heavy object); hew; hack; cut down.

tenda *vi & t* 1. narrate; give an account; 2. praise; marvel at.

tendereza *vt* praise; exalt.

tengerera *vi* stand upright; stand unsupported.

tera *v aux* hurry (to do); get on with (doing something); frequently do; *Atera okujjako wano*: He comes here often; *tera okole omulimu ogwo*: Get on with doing that work.

terebuka *vi* give up; lose heart; despair.

tereera *vi* be straight; be properly settled;

tetenkanya *vt* plan elaborately or ingeniously; improvise.

tiga *vt* touch heavily and repeatedly, esp with evil intentions; paw.

tigoma *vi* move around in a state of agitation.

tigomya *vt* disturb; persecute; inconvenience.

tiiriika *vi* gush out; flow out in a jet; *Atiiriika musaayi*: S/he is bleeding profusely.

tiisa *vt* scare; frighten.

tiisatiisa *vt* intimidate; threaten.

tikka *vt* load; load up; *Ntikka ensuwa*: Help to get the pot on to my head.

timba *vt* decorate; adorn.

tinda *vt* bridge; build a bridge across (a river).

tindira *vt* bridge.

tinka *vi* become fashionable; be a fad.

tinkiza *vi* show uncontrolled liking for or attachment (to a person or an object).

tinta *vi* flourish; grow well.

tippa *vt* tie tightly; trap; trip.

toma *vi & t* be unsatisfied with (something given); fail to appreciate.

tomera *vt* butt; collide with or into; rush recklessly into a situation.

tonda *vt* create; fabricate; set up.

tongoza *vt* officialize; launch; declare publicly.

toola *vt* pick up; take.

tta *vt* kill; remove or reduce; quench; *Amazzi gatta ennyonta*: Water quenches thirst.

ttaala *n eno* lamp.

ttaali *n lino* tambourine, esp of the type used by Muslims: qasida songs accompanied by tambourines.

ttabaaza *n eno* lamp, esp hurricane lantern.

ttaka *n lino* earth; dust; land; plot of land, esp with an ownership title.

ttanuulu *n eno* oven; kiln.

ttegula *n lino* clay roofing tile.

ttima *n lino* ill will; malice; inhospitality.

ttimpa *n lino* yam leaves pounded and served as a vegetable.

ttira *vi* (of weeds) come or be under complete control; (of a garden) perfectly tended.

ttogero *n lino* big pot, usually for brewing millet beer.

ttondo *n lino* drop; spot.

ttonto *n ono* (slang) banana beer.

ttooke *n lino* green banana, esp of the cooking variety; bunch of green bananas; dish of steamed mashed bananas.

ttooto *n ono* little child, esp a boy.

ttosi *n lino* black marsh mud.

ttottola *vt* narrate in detail; spell out.

ttu *n lino* package; wrapped present; idiom: *Ettu lya mugema*: Pregnancy.

ttuka *vi* break out again; (of a disease) reappear.

ttula *vt* 1. gently beat out a bark into cloth; 2. cause to break out again.

ttulu *n lino* blindness in one eye.

ttuluba *n lino* kind; class; species; category.

ttulula *vt* power out gently; drain out.

ttundubaali *n lino* tarpaulin.

ttungulu *n lino* bright red fruit growing on a marsh rush.

ttutuma *n lino* kind of cuckoo with a rumbling call.

ttuulawamu *n lino* idleness; lack of things to do; redundancy.

tuga *vt* choke; strangle.

tugumbula *vt* strangle; kill mercilessly.

tula *vi* (of a blade)become keen with sharpening; become sharp.

tulo *n tuno* sleep; drowsiness.

tuma *vt* send; delegate.

tumbula *vt* raise the level (of a flame or a sound).

tunda *vt* sell; betray.

tundubaali *n lino* tarpaulin.

tundubala *vi* sit around stupidly and without purpose.

tundula *vt* remove (a parasite) with a safety pin.

tunga *vt* sew; string together.

tuuba *vi* be or become obsessed with a longing for food.

tuubagira *vi* be visibly uncomfortable with (a state or situation).

tuuka *vi* arrive at; reach; get to (a place or a point); *Tuuka ku nsonga*: Get to the point.

tuukirira *vi* 1. happen; come to pass; 2. come to perfection; achieve sanctity.

tuukiriza *vt* fulfil; accomplish; deliver on a pledge.

tuula *vi* sit down; be a resident of (a place).

túúmá *vt* name; give a name.

tûûma *vt* heap; pile up.

tuusa *vt* bring up to; receive a consignment; have a crop ripen.

twala *vt* take; take away; consider; *Kino kitwale nga kikulu*: Take this seriously.

twawa *adv & interj* in desperation; cry of despair ("we are finished"); *Bakaaba twawa*: They are crying out in despair.

tya *vi & t* be afraid; fear; be frightened.

tyaba *vt* 1. collect firewood; 2. perform a dance; *Awo ne batyaba amazina*: Then they danced vigorously.

tyekula *vt* run (a fast race).

tyoboola *vt* treat with contempt; violate; *Mutyoboola eddembe ly'obuntu*: You violate human rights.

V v

va *vi* move (away) from; originate from; leave (alone); *Va ku mwana oyo*: Leave that child alone.

vaabira *vt* gobble; eat up greedily.

vaawo *vi* leave; depart (from a place).

vevenga *vi* fumble and hesitate; be clumsy.

viira *vt* make room for; leave (a person) alone.

vuba *vi & t* catch fish; fish; be a fisherman.

vuga *vi & t* sound; make a sound; *Eŋŋoma evuga*: The drum sounds.

vuga *vt* row a boat; drive a vehicle.

vulubana *vi & t* 1. scramble greedily for food; 2. be smeared all over; be mired in; *Avulubanye ettosi*: S/he is mired in mud.

vuluga *vt* mix and stir; cause confusion.

vulumula *vt* 1. roll (the eyes); 2. rev up (a car and) drive noisily.

vulunga *vt* roll (an object) in a fluid; scoop up too much sauce with one's food.

vuma *vt* insult; scold; direct abuse at; curse.

vumbagira *vt* seize firmly.

vumbeera *vi* (of a fire) burn low and smokily; be indistinct.

vumbika *vt* bake (food) in hot ashes.

vumbula *vt* 1. discover; disclose; 2. take (baked food) out of the ashes.

vumirira *vt* condemn; strongly disapprove of; curse.

vunda *vi* rot; decompose.

vuubiika *vt* stuff, esp food into the mouth.

vuuma *vi* produce a zooming sound; boom.

vuumuula *vt* drive (a vehicle) with loud revs.

vuunika *vt* turn upside down, topple a government.

vuunula *vt* turn the right side up.

vuvuba *vt* rudely silence; deny (one) a chance to speak; gag.

vvaawo! *interj* go away; you don't say!; really?

vviini *n eno* wine.

vviivi *n lino* knee.

vvoola *vt* treat with contempt; desecrate.

vvu *n lino* ash.

vvulugu *n ono* total confusion; pandemonium.

vvuunike *n lino* big clod of earth.

vvuunuka *vt* overcome; surmount; get the better of.

vvuunula *vt* translate; interpret.

W w

wa? *adv* where?

waaba *vi* report a crime or wrong act; report to court.

waabira *vt* report (a wrong-doer); prosecute.

waalaala *interj* (imitation of) the sound of an alarm.

waalirira *vt* compete for (office or rank).

waana *vt* praise; highlight the good qualities of (a person, an institution or object).

waanyisa *vt* exchange; barter.

waata *vt* peel (esp green bananas) with a knife.

waatula *vi* (of a tree) shed old leaves.

waawaala *vi* make a loud rustling or whistling noise.

waawaanya *vt* eat quickly and greedily, esp something hot.

waba *vi* go off the road; lose one's direction; go wrong.

wabula *conj* but; except that; however.

wabúla *vt* set right; advise one of the right course of thought or action.

waga *vt* incite, tempt one into reckless or risky action.

wagala *vt* sharpen.

wagama, wagamira *vi* be or remain lodged (in a place); get stuck (e.g. in the throat).

wagguuka *vi* grow exceedingly tall.

wagira *vt* support; share opinions with.

wagulula *vi* (of a river) burst the banks; overflow; flood.

waka *vi* (of a female animal) become pregnant; conceive.

waka *adv* & *n wano* at home; home; residence.

wakana *vi* refuse to believe; oppose.

wakankula *vt* snatch; copy; ape.

wakanya *vt* reject; oppose; protest (against); challenge.

wakati *adv* in the middle; half-way along; at the core.

wakatira *vi* be bushy; be cluttered.

wakayima *n ono* the hare; stock trickster in traditional tales; sly, cunning person.

wakka *n ono* insect like a safari ant, with a strong offensive smell.

wakula *vt* imitate mindlessly; ape; copy.

walá *adv* far; far off; a long way off.

wála *vt* scrape off the surface; remove weeds from a garden by scraping with a hoe; drag along.

walaawala *vt* drag along roughly.

walakata *vt* scrape the outer covering off (an object).

walampa *vt* climb; treat (a superior) without due respect.

wali *adv* over there; out there.

walira *vi* refuse to move; dig in (as of a goat being led by a rope).

waluka *vi* have diarrhoeial bowel movement.

wambaatira *vt* hold tenderly.

wammâ *interj* expression of approval: surely, that is it, indeed; *Wamma ggwe tugende*: You just come with me, forget the rest.

wámma *vt* & *i* lack, be deprived of, need.

wanda, wandula *vt* spit out.

wandagala *vi* come down in a shower.

wandiika *vt* write.

wanduka *vi* fall out; be eliminated; withdraw (from a context).

wanga *n ono* name for god the creator; *kinene kya wanga*: strange, perverse person.

wanga *vt* fix firmly, e.g. a handle to a hoe.

wangula *vi* & *t* succeed; overcome; win.

wanika *vt* hang up; put up; *Wanika emikono*: Put up one's hands (give up).

wankawanka *vi* be in a state of dissatisfaction; have great longing.

wano *adv* here; at this point.

wanuka *vi* come down from above; fall from a height.

wanuuza *vt* appeal to tradition; invoke custom.

wanvu *adj* tall; long.

wanvuwa *vi* grow tall or long.

wasa *vt* (of a man) marry; get married.

wawaabira *vt* report (a wrong-doer) to the authorities; prosecute.

wayirindi *n ono* painful skin condition; yaws.

waza *vi* make an effort; try hard.

weebuuka *vi* be disgraced; be exposed to public shame.

weekeera *vi* breathe heavily; pant.

weema *n eno* tent.

weevuuma *vi* breathe heavily and noisily.

weeweeta *vt* caress; touch and rub gently and lovingly.

wejjawejja *vt* gasp for breath; breathe with difficulty.

wema *vt* eat by the handful (especially dry hard snacks like groundnuts or pop corn).

wemberera *vi & t* hang on to a surface in large numbers; litter; be littered with; *Ekisenge kiwemberedde ensowera*: The wall is littered with flies.

wemuka *vi* be seriously embarrassed; be disgraced.

wemukira *vt* betray; fail to observe an obligation towards (someone).

wenja *vt* search closely for; look for with diligence, esp in bushy or cluttered surroundings.

wenjuka *vi* (of a curtain or cloth) be drawn or pulled to one side.

wenya *vt* make a signal to somebody suggestively.

wenyera *vi* limp; walk with a limp.

wenyuka *vi* run at great speed; be very fast; *Akamotoka ako kawenyuka emisinde*: That little car is very fast (lit: runs a fast race).

wera *vi* become plentiful; reach the desired number or quantity; *Kati tuweze*: Now we are many enough.

wera *vi* publicly declare one's determination or loyalty.

weta *vi & t* curve; bend; make or take a bend (when driving or walking).

wogoka *vi* break; break off and fall (like a branch off a tree); suffer a sprain.

wola *vi* become cool; grow cold.

wola *vt* lend money to; give a loan; *Muwoleeyo omutwalo*: Lend her/him ten thousand shillings.

wolerera *vi* be quiet and sad.

wolereza *vt* plead for; represent in court.

wolole *n ono* chief bodyguard; aide-de-camp.

woloma *vi* cry out loudly in pain.

wolongoka *vi* (of food) lose warmth and flavour.

woma *vt* prop (a support) under; give support; *Omukadde y'awomye omutwe mu mulimu guno*: the old (wo)man is the one guaranteeing this project.

womoggoka *vi* develop deep gullies or holes.

wona *vi* be healed; be cured; be relieved; escape.

wonga *vt* offer as a sacrifice to the spirits.

woola *vt* scoop out; dig out (e.g. a log).

woolera *vt* settle scores; repay evil with evil; take revenge; *Kibi okuwoolera eggwanga*: It is bad to take revenge.

wooloolo *interj* cry expressing alarm, excitement or surprise.

wooma *vi & t* 1. be delicious; taste good; 2. eat; have a good meal.

woomera *vt* 1. suit; be appropriate for; *Ekiteeteeyi ekyo kikuwoomera*: That dress fits you well; 2. look smart or elegant (in an attire); be right for (a place or situation); *Awoomera obukulembeze*: Leadership suits him well.

woomerera *vi* taste sweet.

wooteera *vi* be or feel slow and deflated, as with sorrow or disappointment.

woowoola *vi* wail; cry out.

woowootera *vt* caress and cajole (a baby).

wooyawooya *vt* gently persuade; quietly convince.

wooza *vt* collect tax; charge duty (on goods).

wotoka *vi* (of a plant) be scorched by the sun; begin to wither.

wotookerera *vi* become gradually subdued.

woza *vi & t* give an account of; present one's case in court.

wuba *vt* escape the notice of.

wubwa *vi & t* make a mistake; err.

wuga *vi* swim; *Gawuga?*: Are the twins fine?(lit: are they swimming?), a formal greeting to a parent of twins.

wugguuka *vi* lose decency; be perverted.

wuguka *vi* be diverted; be blown aside.

wugulala *vi* be stupid; fail to understand.

wujja *vt* 1. fan (a fire); 2. grill over an open fire; 3. be driven (by some force); *Aliko ekimuwujja*: S/he is driven by some force.

wujju *n ono* type of pumpkin, usually white-skinned, with very tender flesh; marrow.

wulira *vi & t* 1. hear; 2. feel; smell; perceive through any of the senses, except sight; 3. obey.

wuliriza *vi & t* listen to.

wulubala *vi* be painfully swollen.

wuluguma *vi* rumble; growl; roar.

wumba *vi* grow mouldy; crumble.

wumba *vt* wrap up, esp in a banana leaf; pull together the scattered parts (e.g. of a body).

wumbawumba *vt* advise on good behaviour; give discreet counsel.

wummula *vi* rest; take a break; go on holiday; retire; die.

wummula *vt* pierce or drill a hole in (an object).

wumpuguma *vi* go around pointlessly; make unwelcome calls.

wumuggula *vt* pierce viciously.

wunda *vt* decorate; put ornaments on; embellish.

wundulula *vt* take or receive in large quantities or numbers (unnecessarily).

wunga *vi* be at a loss; lose composure owing to shock or surprise.

wunguka *vi* cross (a river or lake); travel by water ferry.

wungula *vt* 1. take people (in a boat) across a piece of water; pilot a ferry boat; 2. swing vigorously.

wunnuuna *vi* make quiet nasal sounds (esp in compaint); mull over (an idea or a topic).

wunya *vi & t* give off a smell; emit an odour; smell; catch the smell of ; *Awunya ku bimuli*: S/he smells the flowers.

wunyiriza *vi & t* sniff; follow a smell.

wunzika *vt & i* 1. turn upside down; 2. conclude a speech.

wutta *vi* 1. become senile; weaken in the brain; 2. (of a food tuber) over-ripen and become watery.

wuttaala, *wuttawala* *vi* (of a tuber) become over-ripe and watery.

wuttuka *vi* become stupid; become a misfit.

wuttula *vt* hit very hard.

wuu *interj* expression of surprise.

wuubaala *vi* feel lonely; be depressed.

wuula *vi* (of a man) become a bachelor; be separated from one's wife.

wuula *vt* thrash; thresh grain.

wuuli *interj* call to attract attention; *Onkubira wuuli*: You will alert me.

wuuma *vi* hum; rumble; (of wind) whistle.

wuuma *n eno* (table) fork; *Leeta akaso ne wuuma*: Bring a knife and fork.

wuuna *vi & t* 1. hum; produce a deep rumbling sound; *Eŋŋoma ziwuuna*: The drums are booming; 2. talk to;

answer back; *N'atuvuma naye ffe nga titumuwuuna*: S/he insulted us but we did not answer back.

wuunyeera *vi* loiter; move around aimlessly and endlessly.

wuuta *vt* 1. drink noisily by sucking in from an open container; eat with relish; 2. deal with or dispose of (a task or a problem) with ease; *Omusango aguwuuse buva*: S/he has easily won the case (lit: downed it like a soup).

wuutugula *vt* gobble; eat a lot of food greedily.

wuuwi *interj* a cry of pain; ouch!

wuuya *vt* (of a man) marry after a casual meeting; pick up a wife from the road.

wuuzuuma *vt* roam without destination or purpose.

wuzi *n eno* thread; yarn.

wuzu *n eno* (Muslim) ritual cleanliness.

Y y

yaayaana *vi* long strongly for.

yamba *vt* help; assist.

yanika *vt* hang up to dry; expose (a wrong-doer).

yanukula *vt* answer; reply to.

yanula *vt* take clothes down (from a drying line); take out of the sun.

yeekera *vi & t* put pressure on; be a guerrilla; seek to subvert (a regime).

yeeya, yeeyereza *vt* tease (a person) about a weakness or a vice.

yiga *vi & t* study; learn.

yigula *vt* uproot; move from a firm position.

yiira *vt* splash; pour upon; give extravagantly (to a person).

yiiya *vi & t* create imaginatively; compose; conceive a clever plan.

yimba *vi & t* sing; perform a song.

yimbula *vt* untie (a tethered animal); release; set free; also, take the bark off a tree (for making cloth).

yimuka *vi* get up; rise; stand up.

yinda *vi* mount a concerted attack; approach with a show of strength.

yinga *v aux* tend to; incline toward (doing something); *Ayinga kwetenda*: S/he tends to praise herself/himself (too much).

yira *vi* purr; breath heavily; roar, as of a waterfall; *Amazzi ga Kiyira gayira*: The waters of the Nile roar.

yiriitira *vi* breathe with extreme difficulty.

yiringita *vi* roll along; roll downhill.

yita *vi* pass by; take a road or route; go past.

yita *vt* call; summon; invite.

yogaayoga *interj* congratulations!

yoleke *n eno* serious problems; difficult circumstances; *Ndi ku yoleke:* I am in trouble.

yomba *vi* quarrel; argue; seriously disagree; shout; make a noise.

yonja *vt* clean; clean up.

-yonjo *adj* clean; smart.

yonka *vi & t* feed from the breast; suck (at a breast).

yoola *vt* collect and scoop up, esp dry and pebbly or grainy material; take up in big quantities; round up and arrest.

yooyoota *vt* clean up meticulously; put final touches to a cleaning exercise.

yozayoza *vt* congratulate; felicitate.

yubuluza *vt* remove stalks from (banana fronds); cut into strips.

yuuga *vi* sway from side to side.

yuuguuma *vi* be shaken; be in a tumult.

yuza *vt* tear; tear up.

Z z

zaabu *n ono* gold.

zaala *vt* bear; give birth; result into.

zaaluka, *zaalukuka vt* disown one's child; excommunicate.

zaama *vi* 1.disappear under water; vanish; 2. exceed measure; *Mmwagala kuzaama:* I am deeply in love with her/him.

zaawa *vi* go missing without a trace.

zaawula *vt* find or trace a long-lost person.

zannya *vi & t* play; play a game; *Kadenge azannya bulungi omupiira:* Kadenge plays football well.

Zeereera *vi* sluggish.

ziba *vt* plug; stop a gap or a hole; close; *Toziba kkubo:* Do not close (or block) the road.

ziba *vi* 1.(of time) become night; come to the day's end; *Obudde buzibye:* Night has fallen; 2. (*maaso*, of a person) become blind; lose sight; *Amaaso gazibye:* The eyes have lost sight; *Omukadde yaziba amaaso:* The old person went blind.

zibiriza *vi* close one's eyes.

zibula *vi & * open one's eyes; make a person open his/her eyes; make a person understand.

ziga *vt* 1.spot the location (e.g. of a quarry animal); 2. apply colour, esp to the eyebrows or hair.

ziika *vt* bury.

ziinuuka *vi* walk clumsily and carelessly.

zika *vi* grow fallow; be covered in weeds or shrubs; go to seed.

zikiriza *vt* 1.wipe out; exterminate; 2. try to put out a fire.

zimba *vt* build; construct.

zimba, zimbagala *vi* swell; be inflated.

zimula *vt* catch by surprise; throw one off one's guard.

zina *vt* dance.

zinda *vt* invade and lay siege.

zinga *vt* 1. fold; curl; curve; 2. wrap up a body for burial; 3. strike powerfully; *Omukadde yazinga omubbi omuggo*: The old wo/man struck the thief powerfully with a stick.

zingula *vt* pass (time); *Wano yazingulawo emyezi esatu*: S/he spent three months here.

zira *vt* 1. boycott; refuse completely; abstain from (food, meat) on ritual ground; 2. be (recognized as) a taboo; *kizira okuwasa kizibwe wo*: It is a taboo to marry the daughter of your paternal aunt.

-zira *adj* heroic; of or like a champion; *Muzira*

nnamige: he is a much-decorated hero.

ziraga *vt* anoint a body for burial.

zisa *vt* 1. wipe out; completely destroy; exterminate; 2. let (a piece of land) go fallow or uncultivated.

zoola *vt* roll (the eyes); put on an idle and silly look.

zuukuka *vi* wake up; rise; get up.

zuula *vt* find; discover; invent.

zza *vt* return; bring back.

zzaaya *adj* causing total destruction; ending all; *Walumbe zzaaya*: Death is the final destroyer.

zzadde *n lino* offspring; generation.

zziika *n lino* valuable saving; *Ensawo y'omukulu tebulamu zziika*: An elder's bag never lacks something good.

zzike *n lino* chimpanzee; (in stories) human-like monster.

English – Luganda

Aa

a koolesi kalaga ekyogerwako
omulundi ogusooka;

*A bad parent may abandon
his/her children*: Omuzadde
omubi ayinza okwabulira
abaana be.

A man passed here: Omusajja
yayise wano.

abacus kibalirizo, kiriko
amabona agayamba omwana
okubala.

abandon leka; yabulira;
weetegule.

abase kufeebya; kujolonga.

abbreviate kufunza;
kufunzafunza; kwogera oba
kuwandiika mu bumpi.

abdicate (kabaka, omufuzi
owensikirano) kuva ku
nnamulondo; kulekulira; *The
old Queen abdicated in favour
of her son*: Nnaabakyala
omukadde yaviira mutabani
we ku nnamulondo.

abhor kyawa; nyiwa.

abide sigala; beera na (muntu);
Abide with me: Beera nange;
sigala nange.

ability busobozi; buyinza; *We
have the financial ability to
build a school*: Tulina
obusobozi bw'ensimbi
okuzimba essomero.

able asobola; alina obusobozi;
ayinza; *She is not able to come*:
Tasobola kujja.

abnormal si kya bulijjo;
kyenena; kikunukkidde.

aboard munda (mwa kyombo.
oba mmotoka).

abode kisulo; bulaalo; maka.

abolish wera; dibya; *The King
abolished the wearing of skins*:
Kabaka yawera okwambala
amaliba.

abominable kyenyinyalwa; kya
kivve.

aboriginal kaawokadda;
kaasokawo; nansangwa.

abort 1. (lubuto) kuvaamu; 2.
kuggyamu (lubuto); 3.
(entegeka) kugootaana

abound jjula; vuluuja; -ba –a
mwerro.

about 1. (ebifa) ku; 2. awo.

above waggulu wa.

abreast bukwata; bulembwe

abridge funza; kwanyakwanya

abrupt -a kiyitamuluggya;
mbagirawo.

absence kubulawo; kwosa

absent -buzeewo; -yosezza.

absent-minded -a ddabiriwa; -
erabize.

absolute -a nkomeredde; -jjuvu

absorb nyunyunta; nuuna;
gumira (ekyekango).

abstain zira; kwemma; kusiiba;
kwetegula.

absurd kya kisiru; mbwege; kya
ggete.

104

abundant kya mwero; kingi; kya jjenjeero.

abuse kuvuma; kujolonga; kujoonyesa; kukozesa bubi; kivumo; kyonono.

academic kya bayivu; kya baasoma; kya kiyivu.

accept kkiriza; twala.

acceptable kikkirizika.

accessories byongerwako; bigenderako; bikookereko.

accident kabenje; ntanwa; butanwa.

acclaim kutendereza; kungiriza.

acclamation ttendo; nduulu (za kusiima na kutenda).

acclimatize maanyiira (embeera y'ensi); manyiiza.

accommodate suza; tuuza; senza; lowoozaako; *The room can accommodate thirty people*: Ekisenge kisobola okutuuza bantu asatu.

accommodation kisulo; butuulo; bulaalo.

accompany werekera; genda ne; genderako; *I will accompany you to Kampala*: Nzija kukuwerekerako e Kampala.

accomplice mwekobaanyi (mu kikolwa ekibi); munne (w'omuzzi w'omusango); *The thief told us the names of his accomplices*: Omubbi yatubuulira amannya ga banne.

accomplish tuukiriza; maliriza.

accord kuwa (kitiibwa).

accord nzikirizaganya.

according okusinziira ku.

accordingly nga bwe kisaana.

account wa (mbalirira).

accountability buvunaanyizibwa; mbalirira.

accountable *a*-vunaanyizibwa; gwe kikwatako.

accountant mubalirizi; muwanika.

accrue -eyongerako; va (mu mulimu ogukoleddwa; *Some profits accrued from this enterprise*: Mu mulimu guno mwavaamu amagoba.

accumulate kutuuma; kukuŋŋaanya; kwetuuma; *Amabanja ganneetumyeko*: My debts have accumulated.

accuracy butuufu; butabaamu nsobi.

accurate *ki*-tuufu; omutali nsobi.

accursed *mu*-vumirire; *mu*-kolimire; *mu*-loge; *mu*-boole.

accusation kinenyo; nvunaana; musango.

accuse kuloopa; kunenya; kuvunaana; kuwaabira.

accustom manyiira; manyiiza.

ache bulumi.

ache kuluma; kulumwa; kubobba; kutujja.

achieve kuwangula; kutuuka ku kigenderewa.

achievement buwanguzi; kutuukiriza.

acid asidi; kikeeto.

acknowledge kukkiriza; kwatula.

105

acquaint kumanya; kumanyisa.

acquaintance mumanyi; bumanyi.

acquiesce kukkiriza (kintu kibeewo); kuttira ku liiso.

acquire kufuna; kuweebwa.

acquit kwejjeereza; kuggyako (musango); *The judge acquitted the accused*: Omulamuzi yejjeereza abawawaabirwa.

acre yiika.

acrobat kazannyirizi.

across kusala; kubuuka; mitala w'eri; *The child goes across the road*: Omwana asala ekkubo.

act kukola; kuzannya katemba.

action kikolwa.

activate kukoleeza; kuttula; kutandiikiriza.

actor munnakatemba.

add kugatta; kwongerako.

addition bugassi; nnyongeza.

address kugamba; kwogera (mu bantu).

address ndagiriro (y'omuntu gy'abeera).

adept mkugu; mmanyirivu; *He is adept at catching fish*: Mukugu mu kuvuba ebyennjanja.

adequate kimala; kimatiza; kyetaagisa; kirungi ekimala; *He has got adequate education for the job*: Alina obuyigirize omulimu bwe gwetaaga.

adhere ku-nywerera ku; ku-kwata, kw-ekwata ku (kiragiro); ku-gumira ku.

adjacent ky-a ku lusegere; ki-riraanye.

adjourn kw-abuka; ku-yimiriramu; ku-yimirizaamu.

administer ku-lamula; ku-labirira; ku-fuga.

administrator mufuzi; mukungu, mukozi (alabirira ekitundu oba emirimu).

admirable ky-ewuunyisa.

admiration (o)kusiima; (o)kumatira; (o)kutenda.

admire ku-siima; ku-tenda; ku-matira.

admission (o)kukkiriza; (o)kuyingiza; (o)kuwa (ekifo oba ekitanda).

admit ku-kkiriza; ku-yingiza; *The school admitted fifty students*: Essomero lyayingiza abayizi ataano.

adopt ku-twala; kw-ezza (kintu ekiva ebweru).

adoration (o)kusinza; (o)kugulumiza.

adore ku-sinza; ku-gulumiza; ku-suuta; ku-biita.

adorn kuwunda; kutimba.

adornment kitimbibwa; matiribona.

adult mu-kulu; muntu mukulu.

adulterate kujungulula; kutabiikiriza.

adultery bwenzi; kubaliga.

advance kugenda mu maaso; kweyongerayo.

advancement kukula; kukuzibwa.

advantage mugaso; magoba; kuganyulwa.

advent matuuka.

adventure kijjobi; kinyeenyamagi.

adversary mulabe.

adversity nnaku; buyinike; kubonaabona.

advertise kulanga; kutemya ku baguzi.

advertisement kirango; kasadde.

advice kibuuliriro; magezi (agakuweebwa).

advise kubuulirira; kuwa magezi.

adviser muwi wa magezi; mubuulirizi.

advocate kuwagira; kuyimbirira.

advocate muwolereza; ppuliida.

aerial luyembe lwa kyuma (olusika amaloboozi oba ebifaananyi).

aerodrome kisaawe kya nnyonyi.

aeroplane nnyonyi (y'abasaabaze).

affair kigambo; *love affair:* mukwano.

affect kukwata ku (muntu); kukosa; kukyusa.

affectation kwegira; bwebindu.

affection mukwano; kwagala.

affectionate mwagazi; wa mukwano; muzaŋŋanda.

affirm kukakasa; kulumiriza; kukkiriza.

affirmative ekikakasa; kya kukkiriza; kya kuwagira; *affirmative action:* enkola ewagira abatalina bwogerero.

afflict kulumya; kujoonyesa.

affliction ndwadde; bulumi; kujoonyesebwa.

affluence bugagga; bwa bifeekeera.

affluent mu-gagga; yeesobola.

afford kuyinza; kusobola (kugula oba kufuna).

affordable kisoboka; kiyinzika.

afloat kiseeyeeya (ku mazzi); kitengeetera.

afraid a-tya; a-tidde.

after luvannyuma lwa (kintu oba kikolwa).

afterbirth ngozi; mwana owookubiri.

aftermath ebiddirira; ebyaddirira; ebiva (mu kikolwa).

afternoon lwaggulo.

afterwards luvannyuma; ga biwedde.

again era; omulundi ogwokubiri.

against ky-ekiise (mu muntu oba mu kikolwa); ky-aŋŋanga; *war against corruption:* olutalo olw'okwaŋŋanga enguzi.

age bbanga (ery'obukulu); myaka (egy'obukulu); mulembe; *This is the age of free speech:* Guno gwe mulembe gw'okweyogerera.

aged mu-kadde; nkakada; nnamukadde.

agency kitebe (ky'abakozi b'omulimu omutongole).

agent mukozi; mubaka (w'ekitongole ky'omulimu omutongole).

aggravate kusambazza; kubalagaza; kwongera (kintu) kuba bubi.

aggression bulumbaganyi.

aggressive wa mbazuulu; wa nkanu; wa kifuba; mu-lumbaganyi.

aggrieved a-nyigiddwa; ey-emulugunya.

ago gye buvudde; dda.

agog a-buguumiridde (lwa ssanyu oba kinyumu).

agonize kusoyebwa; kweraliikirira.

agony bulumi obungi; kuzirika.

agree kkiriza; kkirizaganya.

agreement nzikirizaganya; ndagaano.

agriculture bulimi; bya bulimi.

ahead mu maaso.

aid buyambi.

aid kuyamba; kudduukirira.

AIDS mukenenya; ssiliimu; kiryatabaala.

aim kiruubirirwa; ntomo.

aim kuluubirira; kuleega.

air mpewo; mukka ogw'omu bbanga.

airport kisaawe kya nnyonyi.

airy ki-tangaavu; ky-amufu; ky-etadde.

alabaster jjinja eryeeru.

alacrity bulabufu; kuba bulindaala.

alarm kutiisa; kweraliikiriza.

alarm nduulu; kyekango.

alb kkanzu njeru.

albino nnamagoye.

albumen mazzi ga ggi.

alcohol kitamiiza; mwenge.

alcoholic mutamiivu; lujuuju; munywi; kya mwenge; kitamiiza.

ale mwenge muzungu omuwewufu.

alert kibagulizo; kulabulwa; a-li bulindaala; a-kenze.

alert kutemyako; kulabula; kubaguliza.

algae nkonge.

alien mugwira; mugenyi, munnamawanga; tikimanyiddwa.

alienate kubengula; kwawula.

alive mulamu.

all byonna; buli kyonna.

allegro (ŋŋoma) nchamufu.

alleviate kukendeeza ku (bulumi); kutoowolola; kuweweeza.

alley kikuubo; kakubo ka mawunjuwunju.

alliance mukago; kinywi.

allot kuwa; kwawuliza.

allow kukkiriza; kuwa lusa.

allowance nsako; kukkiriza.

allude to kusiinya ku (kintu).

ally kuwagira; kwegatta; kukola kinywi.

ally muwagizi; wa kinywi.

almost kabula kata; kumpi.

alms buyambi bwa banaku.

aloft (ky-etengeredde) waggulu.

alone bwomu; kyo-kka; bwa geregere.

along nga ki-goberera obuwanvu; nga bwe ki-genda.

alongside bukwata; ku lusegere.

aloud (kwogerera) waggulu; kaati.

alphabet walifu.

already dda.

also era.

alter kukyusa; kulongoosaamu.

alteration nkyusa; njawulo.

altercation luyombo; kuneneŋŋana.

alternative kya kubeerana; bwe bi-waanyisaganya; buwannaanyizo.

although nadibadde; newankubadde; sso; sso nno.

always bulijjo; lubeerera.

am ndi; I am a teacher: *Ndi musomesa.*

amalgamate kugatta; kukwanya; kwegatta.

amaze kwewuunyisa; kusamaaliriza.

ambassador mubaka wa nsi.

amber kya kyenvunvu omutangaavu.

ambidextrous kafulu; a-sobola emirimu.

ambience ekinyumu ky'ekifo.

ambiguity butankane; kusobeza.

ambiguous kitankanwa; kya matankane.

ambition kiruubirirwa; lwetumbu.

ambitious mu-luubirizi; mu-kakaalukanyi; wa lwetumbu.

amble kulembalemba; kutambula mpolampola.

ambush kuteega; kuswamirira; kwekwekerera.

amend kukyusaamu; kulongoosaamu; *They amended the Constitution*: Ssemateeka baamukyusaamu.

amends ntabagana; kwetonda; kuddaabiriza (mukwano); *Make amends*: Kuzzaawo nkolagana.

amid, amidst mu makkati; mu.

amok mu-lalu; mu-taamuufu; a-limu jjulume; *to run amok*: kutaamuuka; kwesuulamu jjulume.

among, amongst wakati (w'abantu); mu; *She is the best behaved among those girls*: Y'asinga empisa mu bawala abo.

amplify kugaziya; kutumbula; *The machine amplified the voice*: Ekyuma kyatumbula eddoboozi.

amuse kusanyusa; kusesa; kubeesabeesa.

amusement kunyumirwa; kwebeesabeesa; kuwummuza bwongo.

an koolesi kalinga "a" kakozesebwa n'amannya agatandika n'empeerezi; *An elephant has an ear*: Enjovu erina okutu.

analyse kuyungulula; kwekebejja.

ancestor jjajja; *ancestors*: bajjajja; ab'edda abaatusooka.

ancestry lulyo; lunyiriri (omuntu mw'asibuka).

anchor kutondeka; kuwanirira.

anchor nnanga; *The boat has lowered its anchor.* Eryato lisudde ennanga.

ancient kikadde nnyo; kya-dda; kya ku gya kudiidi.

and na; ne; *kusoma na kuwandiika*: reading and writing.

angel malayika.

anger busungu; kkabyo; kunyiiga.

angry mu-sunguwavu; a-nyiize.

anguish bulumi; buswandi.

animal kisolo; nsolo.

animate kucamula; kubaguliza.

animated mu-camufu; mu-buguumirivu.

animosity bukyayi; ffutwa.

ankle kakongovvule.

anklet kikomo kya ku kakongovvule.

anniversary lunnaku lwa majjukira (ga buli mwaka).

announce kulangirira.

announcement kirango; kirangiriro.

annoy kunyiiza; kutawaanya.

annoyance busungu; kwenyiwa.

annual kya buli mwaka.

annul kusazaamu; kusattulula.

another mu-lala; ki-rala.

answer kiddibwamu; nnyanukula.

answer kwanukula; kuddamu.

ant kawuka; kiwuka.

antagonize kusoowaganya.

antelope nsolo: ng'engabi, enjobe, ennangaazi oba cnjaza.

anthill kiswa; nkulukuku.

anthrax nsotoka.

anticipate kulindirira; kwesunga.

anticipation ssuubi; kwesunga.

antidote kivumuzi; kiroga butwa.

antiseptic (ddagala) e-ritta obuwuka; e-rigaana (ekiwundu) okutana.

anvil luyijja, omuweesi kw'aweeseza.

anxious mw-eraliikirivu; a-faayo.

any ky-onna ky-onna; buli.

anybody buli muntu; omuntu yenna.

anyhow mu buli ngeri yonna; (bya) kumala gakola.

anyone yenna; buli a-.

anything buli kintu; ekintu kyonna.

anytime ebbanga lyonna; obudde bwonna; ekiseera kyonna.

anyway mu ngeri yonna; bityo bityo.

anywhere buli wantu wonna; wonna wonna; yonna yonna.

apart ku bbali; okuggyako; bw'oggyako; *Apart from being a liar, he is a also a thief.* Si

mulimba kyokka, n'obubbi
mubbi.

apartheid nfuga ya busosoze
bwa langi; kuboola mu bantu.

apartment (nnyumba ya)
muzigo.

apologize kwetonda; kwemenya;
kusaba kisonyiwo.

apology kwetonda; gunsinze.

apparent *eki*-rabika; *eki*-
faanana.

apparition kulabikirwa;
muzimu.

appeal kujulira; kisikiriza.

appeal kujulira; kusaba;
kwegayirira; kusikiriza.

appear kulabika; kuboneka;
kufanana nga.

appearance ndabika; nfaanana.

append kugattako; kwongerako;
kuwaayira.

appendix nnyongeza; kawaayiro.

appetite kwagala kulya;
luyalayala.

applaud kusanyukira; kukulisa;
kukuba mu ngalo.

applause mizira; kukuba mu
ngalo.

applicable kisaanira; kigyaawo.

application kusaba (mulimu
oba kifo); kikozesebwa.

apply kusaba (mulimu oba
kifo).

appoint kuwa mulimu; kuwa
kifo.

appointment mulimu
(oguweebwa omuntu).

apportion kuwa; kugabira;
kwawulizaako.

appreciate kusiima; kukkaanya
(na kintu); kutegeera.

appreciation ensiima; okusiima;
okutegeera.

apprehend kukwata; kuwamba;
kugombamu bwala; *The police
finally apprehended the
terrorist*: Abappoliisi bamala
omuyeekera ne
bamugombamu obwala.

approach kwolekera;
kusemberera; kwaŋŋanga.

approach mbugirizi; enkwata
(y'ekintu); *I like your approach
to religion*: Nsiima engeri
gy'otwalamu eddiini.

approve kusiima; kukasasa;
kuyisa; *The residents
approved the resolution*:
Abatuuze baayisa ekiteeso.

approximate *kya*
kuteeberezebwa; *ki*-
geraageranyizibwa.

arable (wantu) awalimika;
awadda emmere.

arbitrary *kita*-goba nsonga; *kya*
kyeyiniiniro.

area kibangirizi; kitundu (kya
nsi); bugazi (bwa kifo).

arena kisaawe; ddwaniro;
ddiiro.

argue kukayaana; kuwakana;
kuwa nsonga.

argument mpaka; nkaayana;
ndaba y'ensonga.

argument nkaayana; mpaka;
nsengeka ya ndowooza.

arithmetic kubala; kusoma
miwendo.

arm kuwa (mutabaazi) bya kulwanyisa; kubagalira (kissi).

arm mukono; kyakulwanyisa; kissi; *nuclear arms*: ebissi binnamuzisa.

armament kyakulwanyisa; kissi.

army ggye; kibinja kya batabaazi.

around kumpimpi (n'ekifo); kwetoolola.

arrange kutegeka; kusengeka; kutegeeragana.

arrangement ntegeka; nsengeka; ntegeeragana.

arrest kukwata (mumenyi wa mateeka); kusiba.

arrival matuuka.

arrive kutuuka; kugoba (ku mwalo); *The boat has arrived.*: Eryato ligobye.

arrow kasaale.

arson bwokerezi; kwokya nnyumba.

art (o)buyiiya; kuyiiya; bukugu.

artery musuwa.

article (kintu) kikozesebwa; *article of clothing*: kyambalo; kagambo koolesi (a, an, the).

artist muyiiya; musiizi wa bifaananyi.

as nga; bwe; *She is as tall as a tree*: Muwanvu ng'omuti.

ashamed *mu*-swavu; *a*-swadde; *mu*-weebuufu.

aside ku bbali.

ask kubuuza; kusaba.

asleep *ye*-ebase; *a*-li mu tulo.

aspire to kuluubirira; kwagala kufuna.

assassinate kutemula (lwa byabufuzi).

assassination butemu; ttemu (lya bya bufuzi).

assemble kukuŋ; kusisinkana; kukuŋŋaanya; kuyungayunga.

assembly lukuŋaana; lukiiko.

assert kwasanguza; kwogera kaati.

assess kukebera; kubalirira; kugezesa.

assign kuteeka (kintu) mu ssa; kuwa (mulimu); *Kayaga was assigned kitchen duties*: Kayaga baamuwa mirimu gya mu ffumbiro.

assignment mulimu; kkatala.

assist kuyamba; kubeera; kukwatirako; kudduukirira.

assistance buyambi; budduukirize.

assistant muyambi; musigire; mubeezi.

associate kukolagana na (muntu); kukwataganya kintu (n'ekirala).

associate munn-(o) bwe mukolagana; "bwe gayita".

association kibiina; kinywi.

assuage kuweeza (bulumi); kuweweeza.

assume kuteebereza; kulowooza; *I assume he has a lot of money*: Ndowooza alina ensimbi nnyingi.

assumption ndowooza; nteebereza; kuteebereza.

assurance bukakafu; bwesige.

assure kukakasa; kugumya.

at ku; e; *They sit at table*: Batuula ku mmeeza; *She lives at that village*: Asula ku kyalo ekyo.

atmosphere bbanga; mu mpewo; embeera (ey'ennaku, essanyu, akacamuukiriro).

attack kulumba; kulumbagana; kukolokota.

attain kufuna (ky'oluubirira) ; kukoonola.

attainment buwanguzi.

attempt kugezaako; kwetantala; kwaŋŋanga.

attempt lwegeza.

attend kubaawo; kwetaba mu (lukuŋŋaana); kussaayo mwoyo; kufa ku (muntu); kulabirira.

attendance kubaayo; kwetaba mu lukuŋŋaana; butabulawo.

attention kussaayo mwoyo; kufaayo.

attire kyambalo; nnyambala.

attract kusikiriza; kusendasenda.

attraction kusikirizibwa; kisikiriza; kinyegenyege.

attractive *ki*-balagavu; *ki*-sikiriza; ki-sendasenda.

attribute kukwanaganya kintu n'ekirala; kulaba kintu kimu ng'ensibuko y'ekirala; *He attributes the young men's poverty to their laziness*: Obwavu bw'abavuka agamba nti busibuka ku bunafu bwabwe.

auction katale ka kuvuganya; kutundira ku nnyondo.

auctioneer mutunza nnyondo; ssennyondo.

audience balabi (ba muzannyo); batunuulizi..

authentic *ki*-tuufu; kakobogo; tikitankanwa; kya ddala; kya mazima.

author muwandiisi; mutandisi.

authority buyinza.

authorize kuwa buyinza; kukkiriza kintu kikolebwe.

avenge kwesasuza; kuwoolera ggwanga.

avenue luguudo olugazi mu kibuga; kkubo.

average *kya* wakatikkati; *kya* kutwalira wamu; *kya* bulijjo.

avoid kwewala; kwetegula.

avoidance kwewala; bwewaze.

awake *a*-tunula; *ti*-yeebase; *a*-laba.

awaken kuzuukuka; kuzuukusa.

award kirabo; bbaluwa ya buwanguzi.

award kuwa (muwanguzi) kirabo.

aware *a*-manyi; *a*-tegeera ebintu nga bwe biri; *mu*-buulire.

awful *ki*-bi nnyo; *kye*-nyinyaza; "kiggya enviiri ku mutwe".

aye yee; kyekyo.

azure *kya* langi ya ggulu; (*kya*) bbululu.

ky-ewuunyizibwa; *ky*-a ttendo; *ki*-matiza.

Bb

baa baa (kukaaba kwa ndiga).

babble kwerogozza; kulondobereza.

baboon nkobe.

baby mwana muwere; bbujje.

bachelor muwuulu; wa busa.

back mabega; nnyuma.

back mugongo; mabega.

backache kulumwa mugongo; mugongo oguluma; kulumwa mabega.

backbone nkizi.

backward *mu*-bisi; *mu*-kopi; *mu*-wejjere; *There are many backward people on those islands*: Ku bizinga ebyo kuliko abantu bangi ababisi.

backwards kyennyumannyuma; kaddannyuma.

bacon nnyama ya mbizzi ey'obulere.

bad ki-bi.

badly bubi; nnyo; *I badly need a drink*: Nneetaaga nnyo ekyokunywa.

baffle kusobeza; kwogeza bwama.

bag nsawo; ndyanga; "ka Waliggo".

baggage migugu; ngugu; ngagala.

bake kuvumbika; kufumbira mu ttanuulu; kwokya (mmere mu vvu).

bakery ffumbiro lya migaati; bbeekeeri.

balance butengerera; nfissi (ya nsimbi).

balance kutengerera; kutengereza; kutereeza (bitabo bya mbalirira).

balcony kifugi; kasuubo; lubalaza (na ddala oluli ku kalina; *The elder stood on the balcony and greeted the pilgrims*: Omukulu yayimiridde ku lubalaza n'alamusa abalamazi.

ball mupiira (ogusambwa oba okubakwa); kintu (kyonna) ekyekulungirivu; mbaga ntongole eya mazina; *The mayor held a ball to celebrate independence day*: Omukulu w'ekibuga yakoze embaga y'amazina okukuza olunaku lw'ameefuga.

ball-bearing ssasi (ng'ery'omu musingi gw'eggaali).

balloon kipiira kya kuzannyisa; bbaluuni.

bamboo bbanda; mabanda; kiwuuwa.

bamboozle kusobeza; kwanaamiriza.

ban kuwera (kintu); *The leaders have banned the playing of cards*: Abakulembeze baweze okukuba kkalata.

band kibinja ky'abayimbi na bakubi ba bivuga; kiba; muge; *She has tied a purple band around her head*: asibye

114

omuge ogwa kakobe ku mutwe.

band kwekuŋŋaanya; kugumba.

bandage kiwero kya kusiba bbwa.

bank bbanka; lukingizzi (lwa mugga); *We live on the banks of the Nile*: Tubeera ku nkingizzi za Kiyira.

bank kutereka nsimbi mu bbanka; kwesiga maanyi (ga kintu).

bantam (kakoko) kawanga katemankonge; ka-wewufu; tikazitowa nnyo.

banter lwali; luloddo; *engage in banter*: kukuba lwali.

bar bbaala; kirabo kya mwenge; kibiina kya bannamateeka; *Nankinga has been called to the bar*: Nankinga yatongozeddwa nga munnamateeka omujjuvu.

bar kuziyiza; kuwera (muntu kukola); *They barred the drunk from entering the club*: Baaziyizza omutamiivu okuyingira mu kirabo.

barb ddobo.

barbarian mukopi; mubisi; munnansiko.

barbaric (bya) kikopi.

barber kinyoozi; musazi wa nviiri.

barge lyato; kibaya; kidyeri.

barn kibanda; kiraalo; kyagi.

barrage lukunkumuli; lutotto; kajjogijjogi; *The reporters asked him a barrage of questions*: Bannamawulire baamubuuza kajjogijjogi w'ebibuuzo.

barter (busuubuzi bwa) kuwaanyisaganya bintu bikalu.

base kya buswavu; tikisaana.

base musingi; kikolo.

basic *ki-* sookerwako; *ki-* tandikirwako.

bask kwota (musana).

basket kisero; kibbo; kikapu.

bass ddoboozi ddene erisembayo wansi mu kuyimba.

bat kiwujjo eky'omuti; kiggo nga kye bakubisa omupiira mu mizannyo egimu; kinyira; *Bats eat mosquitoes*: Ebinyira birya ensiri.

bat kukubisa kiwujjo; *bat an eyelid*: kutemya.

bath kinaabiro; bbaafu; kyogero.

bathe kunaaba; kunaaza; kuwuga.

batter kuwuttula; kuwuula; kuwumiza.

battery lukalala; bbaatule; lyanda lya masannyalaze.

battle kulwanyisa (muntu oba kintu); kwezooba na (kizibu).

battle lutalo; lwaŋŋanga.

bay kino kya nnyanja.

bay kuboggola; kukaaba (kwa kisolo).

be kuba; kubeera.

bead bbona; katiiti; mpeke.

beak mumwa gwa kinyonyi.

beaker kigiraasi kya kupimiramu biyiika.

beam kumwenya; kukasuka kitangaala oba doboozi.

beam mugendo gwa kitangaala.

bean kijanjaalo; kayindiyindi; mpeke ya kimera.

bear ddubu; ndubu.

bear kuzaala; kwetikka; kutwala; kuwanirira; kugumiikiriza; *I cannot bear this pain*: Ssisobola kugumira bulumi buno.

beard kirevu.

beat kukuba; kusinga; kuwangula; *Your team beat ours*: Ttiimu yammwe yawangudde eyaffe.

beat mweggundo; kyeggunda; lulawuna (lwa baserikale); *Two policemen are on the beat*: Abaserikale babiri bali mu kulawuna.

beautiful mu-balagavu; nandigobe; kabirinnage.

beauty bulungi (bwa mubiri); bubalagavu.

because kubanga; anti; lwa kuba nti.

beckon kuyita; kuwenyaako.

become kufuuka; *The prince became king*: Omulangira yafuuka kabaka.

becoming ki-saanira; ki-saanidde; ki-gwana; ki-tuufu.

bed kitanda; kalimiro ka busigo oba ndokwa.

bee njuki.

beef nnyama ya nte.

beep kunyaanyaagira; kuŋwaala; (ku ssimu) kubagulizaako, "kunyigirako".

beer mwenge; nkaayi; bbiiya.

before mu maaso ga (kintu oba muntu); nga (kintu) tikinnabaawo oba tikinnatuuka; *before this book was written*: ng'ekitabo kinno tikinnawandiikibwa.

beforehand (mu) kwesooka; nga (ebiddako) tebinnabaawo.

befuddled a-tabusetabuse; tamanyi kituufu; katwewungu.

beg kusaba na buwombeefu.

beggar musabiriza; masiikiini.

begin kutandika; kutanula; kubanga.

beginning masooka; ntandikwa; ntono.

behalf (*on behalf of*) ku lwa (gundi).

behave kweyisa (mu mpisa); kukwata mpisa.

behaviour mpisa; ngeri muntu gye yeeyisaamu.

behest kiragiro.

behind mabega; nnyuma; kabina.

behold kulaba; kutunuulira.

behove kugwanira; kusaanira.

being ekiriwo; kiramu; *human being*: muntu.

belch kubajjagala; kubejjagala.

belie kubikkirira; kukweka (kirowoozo).

belief nzikiriza.

believe kukkiriza; kukkiririza (mu Katonda).

bell kide; ndege.

bellow kuboggoka; kubwatuka (mu ddoboozi).

belly lubuto; nda.

beloved *mw*-agalwa; kabiite.

belt lukoba; musipi; kitundu kya nsi; *the country's sugar belt*: ekitundu ky'ensi eno omulimibwa ebikajjo.

bench ntebe empanvu; (*the Bench*) ekibiina ky'abalamuzi.

bend kuweta.

beneath wansi wa (kintu); *That is beneath my dignity*: Ekyo tikingyaamu.

benediction mukisa; kuweebwa mukisa.

beneficial kya mugaso*; ki*-ganyula; kivaamu ebirungi.

bereaved a-fiiriddwa (omuntu we).

beside ku lusegere; kuliraana.

besides ng'oggyeeko; bw'oggyako.

best eki-singira ddala obulungi; kawerette.

bestow kuwa; kugonnomola; *The leader bestowed an honour on the old teacher*. Omukulembeze yagonnomola ekitiibwa ku musomesa omukadde.

better kirungi okusingako; *eki*-kira obulungi.

between wakati (wa bintu bibiri).

beverage kyakunywa.

bevy kibinja; a *bevy of beauties*: ekibinja kya bakabirinnage.

beware kwekengeera; kwewala.

bewilder kutabangula; kusobeza.

bewilderment butabanguzi.

beyond mitala w'eri; wala eri; kusukka.

bicycle kagaali ka maanyigakifuba; ssewajjuba.

bid kulagira; kusaba kuweebwa.

big ki-nene.

bigamy kuwasa bakazi babiri (mu ngeri emenya amateeka).

bigot kaguubiiru; mutamanyaŋŋamba.

bigotry butawuliriza; butakkiriza kugoba nsonga.

bill bbaluwa ebanja; bbiiru; mumwa gwa kinyonyi.

billow

billy goat mbuzi nnume; sseddume.

bin kipipa.

bind kusiba; kulayiza (bantu kutuukiriza kikolwa).

biography ebirombojja obulamu bw'omuntu; *Who wrote the biography of the clan head?*: ani yawandiika ebirombojja obulamu bw'omukulu w'ekika?

birth buzaazi; mazaalibwa.

birthday lunaku lwa kujjukira mazaalibwa.

biscuit kagaati akakalambavu; bbiisikwiti.

bisect kulyeebula; kusalamu bibiri.

bite kuluma (na mannyo).

bitter ki-kambagga; ki-kaawa; mu-nyiikavu; *She is bitter about her children's negligence*: Munyiikaavu olw'obulagajjavu bw'abaana be.

blab kusamwassamwa; kuyitira bigambo.

blabber kujejemba.

black ki-ddugavu.

bladder (*urinary bladder*) kawago; (*gall bladder*) kalulwe.

blame kunenya; kusimba lukongoolo (ku muntu).

bland *tiki*-riimu muga; kisassalala.

blank kyeerere; tikiriiko kantu.

blanket bulangiti; kikunta kya kwebikka.

bleach kwerusa.

bleak *ki*-zinzibavu; *kye*-nnyamivu; *kya* kitto.

bleed kuvaamu musaayi; kutiiriika musayi; kulasa (nte); kulumika (mulwadde).

blemish kujamawaza; kuweebuula; kufeebya.

blend kutabula (birungo).

blind mu-zibi wa maaso; muzibe.

blithe mu-tebenkevu; ateefiirayo; kaalaala.

block kuziyiza; kusimbira kkuuli.

block ttaffaali ddene; bbulooka; ffunfugu.

blood musaayi.

bloom kwanya; kumulisa.

blouse kasaati ka muwala; bbulawuzi.

blow kufuuwa; kukunta; *The wind is blowing westwards*: Empewo ekunta edda bugwanjuba.

blue bbulu; bbululu.

blunder kusobya; kutanwa; "kukawaŋŋamula".

blunder nsobi; kisobyo; kutanwa.

blunt *kya* bbunu; si kyogi; tikirina bwogi; *A blunt knife does not slaughter a chicken well*: Akambe ak'ebbunu tikatta bulungi nkoko.

board kulinnya (kyombo, nnyonyi oba mmotoka); kuyingira (kidduka).

board lubaawo; kakiiko kakozi oba kafuzi (mu kitongole).

bob nnusu; ssiringi.

body mubiri; kibinja kitongole; *There is a body which collects taxes*: Waliwo ekibinja ekisolooza emisolo.

bog nnyanga; kateebe.

bog (down) kukaluubiriza; kulemesa.

boil jjute; kituulituuli.

boil kutokosa; kufumba; kweseza.

boisterous *mu*-leekaanyi; wa mbazuulu; wa kababba; mukibi wa matama.

bold (mu kyapa) bwino *mu*-zito; *mu*-kwafu.

bold *mu*-vumu; *mw*-aŋŋanzi; *mu*-zira.

bolster kuzzaamu ndasi; kuwanirira.

bomb kikompola; bbomu.

bombastic (njogera) ya kwejaaka; (kigambo) *ki*-mokkole.

bona fide kya mazima, kituufu; kya ddala.

bond kakalu, musingo; ndagaano; kyeteme.

bondage buddu; busibe.

bone ggumba.

bone marrow busomyo.

bonnet kakuufiira ka lugoye lugonvu; kisaanikira kya kyoto (kya mmotoka); bboneti.

bonus kasiimo; nnyongeza.

bony ki-koggofu; ki-kovvu; nnantinkalu.

book kitabo.

boom kudoodooma; kweggunda; kutinta; *Our country's economy is booming*: Ebyenfuna by'ensi yaffe bitinta (bigenda bulungi).

boost kuzzaamu maanyi; kujunjuula; kubbula.

boot ngatto nzito; ssa lya migugu (ku mmotoka); bbuutu.

border nsalo; lukingizzi.

bore kukooya; kuwuubaaza; kubotola; kuwumuggula; *The rescuers bored a hole through the wall*: Abadduukirize baabotola ekituli mu kisenge.

boredom kiwuubaalo; bbulabikolwa.

borehole nnayikonto.

borrow kwewola; kweyazika.

botch kudibaga; kuvuluga; kwonoona.

both byombi; *Both men are argumentative*: Abasajja bombi ba mpaka.

bother kutawaana; kukabassana; kutawaanya; kukabassanya.

bottle ccupa.

bottom ntobo; kabina.

boulder ffunfugu; kiyinjayinja.

box kukuba kikonde; kukuba ŋŋuumi; kutaayiza; *The thief was boxed in by the crowd*: Omubbi ogubinja gwamutaayiza.

box ssanduuku; bbweeta.

boy mulenzi.

boycott kuzira; kwetegula.

boyhood (biseera bya) bulenzi; buvubuka.

Braille mpandiika ya bamuzibe.

brain bwongo; magezi; muyiiya; *Lwanga is the brain behind this project*: Lwanga ye yayiiya entegeka eno.

brainstorm kukuŋŋaanya birowoozo; kugaayagaaya mu nsonga.

brake kasaka (kasiko).

brake kuyimiriza kidduka; kusiba; kiziyiza, kiziiza, kingingi.

bran kisusunku, kikuta kya mpeke.

119

brand kulamba; kussaako kabonero; kussa lukongoolo (ku muntu); *They branded him a traitor*: Baamussaako olukongoolo nti mulyakuzi.

brand mbala; nkola ya kintu; *the Raleigh brand of bicyles*: eggaali ez'enkola ya Raleigh.

brandish kugalula; kuwuuba; kunyeenya; *He came brandishing a machete*: Yajja agaludde ejjambiya.

brassiere kaleega.

brave *mu*-vumu; *mu*-zira; nnamige.

bread mugaati; mmere.

break kumenya; kwasa; kukutula.

breakfast kyankya.

breath mukka (omuntu gw'assa).

breathe kussa mukka.

breed kuzaala; kuzaalisa na kulunda; *Nnantongo breeds dogs for sale*: Nnantongo alunda embwa ez'okutunda.

breeze kawewo kaweweevu.

brethren (mu ddiini) aboluganda; baganda bange.

bride mugole mukyala.

bridegroom mugole musajja.

bridesmaid mperekeze.

bridge lutindo.

brief *ki*-mpi; *ki*-funzefunze.

briefs kawale ka munda; ppaajama.

bright ki-taangaavu; ki-camufu; mu-gezi; mu-labufu; ategeera mangu; *She is a bright girl*: Muwala mugezi.

brighten kutaangaza; kucamula.

brilliant kitangalijja; (muntu) kalimagezi.

brim mugo.

bring kuleeta.

brink ndeboolebo; mugo.

broadcast kuweereza ku mpewo (ku laadiyo oba ttivvi); kulaalaasa.

brood (nkoko) kumaamira; kulowoolereza (nga wennyamidde); kutongojjera.

brood zzadde ddene (na ddala ery'ebitonde ebibi); *a brood of vipers*: ezzade ly'amasalambwa.

brook kagga.

brook kuganya; kuguumikiriza; *I will brook no opposition*: Sijja kuguumikiriza bampakanya.

broom lweyo.

brother muganda wa muntu (nga musajja); munywanyi.

brother-in-law muko (akuwa mwannyina oba gw'owa mwannyoko); mulamu (muganda wa balo oba awasa muganda wo).

brown (kintu) kya kitakataka; (muntu) mweru; mumyufu.

bruise kunuubula; kukulubula; kukwagula.

brush kikuuta; muswaki; bbulaasi.

brush kuwawula; kukuuta; kukuba (nviiri oba ngatto); kusenya (mannyo)

brutal *mu*-kambwe; wa ttima; musibiramubbwa.

brutality bukambwe.

brute gusolosolo; guntuntu.

budge kuseguka; kusiguka.

budget mbalirira; ntetenkanya ya nnyingiza na nfulumya; bbajeti.

build kuzimba.

builder muzimbi.

building nnyumba; kizimbe.

bull (nte) sseddume.

bullet ssasi.

bulletin kiwandiiko ky'amawulire amatongole.

burden mugugu; kizibu.

burn kwokya (muliro); kuggya; *My house burnt to ashes*: Enju yange yaggya n'esirikka.

burst kwabika; kutulika.

bus bbaasi; mmotoka nnene ya basaabaze.

business mulimu gwa byabusuubuzi; bbiizineesi.

businessman mukozi wa byabusuubuzi; "nneekolera gyange".

busy *a*-tawaana nnyo; *a*-lina bingi eby'okukola; *a*-kabassana.

butcher mukinjaaji; musala bisolo.

butter muzigo; mafuta (agaliibwa).

buttocks butuuliro; nnyuma; kabina.

button ppeesa.

buttonhole kituli kya ppeesa; ttundu.

buy kugula.

by kumpi (na kintu); (kujja)-yo; *I will pass by*: Nzija kuyitayo nga *tu*-kozesa; *We shall communicate by phone*: Tunaawuliziganya nga tukozesa essimu.

C c

cab mmotoka ya kupangisa.

cabbie, muvuzi wa takisi.

cabal kyama; kabinja ka kyama.

cabbage mboga, kabigi, ssu.

cabin kasiisira; kayumba.

cabinet tterekero ebbajje; kakiiko ka bafuzi ba gavumenti.

cable luguwa lwa kyuma; lukomo; bbaluwa ya lukomo.

cackle kutulikatulika; kumwemwetuka.

cactus nkuukuulu

café kirabo kya caai.

cage kakomera (ka bisolo).

cake mugaati muwoomerevu omukole mu buwunga n'amagi; kkeeki.

calabash kita.

calculate kubala; kubalirira.

calf nnyana; nsolo ento

calico lugoye lwa jjapani.

call kuyita; kukoowoola; kukuba ssimu.

calm ki-teefu; ki-kkakkamu; kirimulaala.

camel ŋŋamiya.

camera kyuma ekikuba ebifaananyi; kkamera.

camp lusiisira; nkambi.

campaign lutalaago; kuyimbirira.

can kusobola; kuyinza; kusiba mu mukebe.

can mukebe.

canal mukutu (gwa mazzi); mwala.

cancel kusazaamu; kulaaza.

cancer kookolo.

candle musumaawa; musubbawa.

cane lumuli; (*sugar cane*) kikajjo.

cannon muzinga.

canoe lyato (erisaabala).

canvas ttundubaali; (lugoye lwa) kikalappwa.

cap kakuufiira; kakoofeera ka lugoye.

capabality busobozi; buyinza.

capable a-sobola; alina obusobozi; yeesobola.

capacity busobozi; bumanyirivu bwa mirimu.

cape mungiro; kyondo (kya lukalu mu nnyanja)

capital kibuga kya nsi ekikulu; *Kigali is the capital of Rwanda*: Kigali kye kibuga kya Rwanda ekikulu.

capital *kya* ku ntikko; *ki*-kulu; *capital offence*: musango gwa nnaggomola.

captain mukulembeze; mugabe; kaputeeni.

capture kuwamba; kugombamu bwala; *will that terrorist ever be captured?*: Omutujju oyo balimala ne bamuwamba?

car mmotoka; mmotoka ya buyonjo; kiyumba kya ggaali ya mukka.

card ccanisi; kkaadi.

cardboard kipapula ekigumu.

care bwegenndereza; kufaayo; bukuumi; bulabirizi.

care kufaayo; kulumirwa; kulabirira.

careful *mw*-egenndereza; *mu*-kwatampola.

careless *mu*-magufu; wa kimama.

carelessly (bya) buteefiirayo; gadibengalye; (bya) mbyone.

carpenter mubazzi; musalamala.

carpet kiwempe; mukeeka.

carriage kigaali (na ddala ekisikibwa ensolo).

carry kutwala; kwetikka.

cart kigaali kya kusindika.

case nsonga; musango; kisabika; kiraato.

cassava mwogo; muwogo; balwegiira.

castle bbooma; kisaakaate; lubiri.

castrate kulaawa.

cat kkapa; (*wild cat*) muyaayu.

catapult butida; nvuumuulo.

catch kukwata;(*catch fish*) kuvuba;(*catch a disease*) kulwala;*Lutaaya caught a cold*: Lutaaya yalwala ssennyiga.

caterpillar kisaanyi; *All-out effort like a caterpillar's dance*: Ffunduukululu ng'amazina g'ekisaanyi.

cattle nte; bisolo ebirundibwa.

cause nsonga; nsibuko; ntandikwa; kanaaluzaala.

caution bwegendereza; kwekengeera.

cave mpuku.

cease kukoma; kulekera awo; kunnyuka; (nkuba) kukya.

ceiling kasolya akatindire.

celebrate kujaguza; kukuza (lunaku).

celibacy buwuulu; butawasa oba butafumbirwa.

cement sseminti.

cemetery biggya; malaalo; masiro; limbo.

cent ssente (eya jjegejege).

centipede ggongolo.

centre makkati; kitebe; *health centre*: kalwaliro.

century mulembe; (myaka) kikumi.

ceremony mukolo.

certain *ki*-kakafu; *kya* ddala; *kya* mazima; tikibuusibwabuusibwa.

certainly ddala; kye kyo; ggwe wamma; awatali kuwannaanya.

certificate bbaluwa ekakasa; bbaluwa ya kumaliriza misomo; ssaatifikeeti.

chaff bisusunku; bisassalala.

chain lujegere.

chair ntebe.

chairman ssentebe; mukubiriza wa lukiiko.

challenge kusomoza; kusoomooza

challenge kusoomozebwa.

chameleon nnawolovu

champion muwanguzi; nnantameggwa.

chance mukisa; kalulu.

change kufuuka; kukyuka; kukyusa; kufuusa; kufuula; *He changed water into wine*: Amazzi yagafuula omwenge.

change nkyukakyuka; njawulo; nfissi ya nsimbi (eziddizibwa omuntu).

channel mukutu; kkubo (eriyisibwamu ekintu).

chapter ssuula; mutwe (gwa kitabo); nnyingo (mu kitabo).

character mpisa za muntu; ngeri za muntu; nneeyisa; kikula kya muntu; muntu anyumizibwako (mu lugero).

charcoal manda (agookebwa).

charge buvunaanyizibwa; musango oguvunaanibwa; maanyi ga masannyalaze.

charge kukwasa buvunaanyizibwa; kuvunaana; kulumba; kukalirira ku masannyalaze; *Charge that battery*: Bbaatule eyo gikalirireko.

charm ssimbo; ggonjebwa; ddogo; nsiriba.

charming wa ggonjebwa; wa ssimbo; asikiriza.

chat kunyumya; kuwaya.

chatter kulondobereza; kulegesa; kulasana.

cheap *tiki*seerwa; *kya* muwendo mutono; *kya* ndola; *kya* ddondola; kiyabayaba.

cheat kubba; kusomola; (*in marriage*) kubaliga; kwenda.

check kukebera; kwekenneenya; kwekebejje.

cheek ttama; kyejo; kitigi.

cheer kukubira nduulu; kwasirira; kucamula.

cheese muzigo mugumu oguva mu mata; cciizi.

cheque cceeke (kyeke); kakalu ka kusasulirako sente mu bbanka.

chest kifuba; gusaanduuku gukamirabugobo.

chew kugaaya; kumeketa.

chicken nkoko; nnyama ya nkoko.

chickenpox nnamusuna.

chief mwami; mukungu; mukulu; mukulembeze.

chiefly ng'ekisinga byonna.

child mwana; muto.

childhood buto; (biseera bya) bwana.

childness *mu*-gumba.

chilli kamulali; piripiri.

chimney kinaala kifulumya mukka.

chimpanzee zzike.

chirp (kanyonyi(kutiitiira; kukululiza.

chisel nsinjo.

choice nnonda; kyerondere; kulonda; kyeyagalire.

choke kulakira; kulakirwa; kutuga.

choose kulonda; kusalawo.

chop kusalaasala; kusala bulere.

chorus kiddibwamu (mu luyimba); kisaakaanyizibwa; bayimbi abayimbira awamu.

Christ Kristo; Kristu.

Christian *Mu*-kristaayo; *Mu*kristo; *Mu*kristu.

Christianity Bukristaayo; Bukristu.

Christmas Ssekukkulu; Kirisimaasi; Nnowele.

Church kereziya; kkanisa.

churn kisaabo.

churn kusunda (mata gafuuke omuzigo); (*churn out*) kufukumula.

cinder kisiriiza.

circle nkulungo; nnamuziga.

circular kye- tooloovu.

circumcise kutayirira; kukomola.

citizen munnansi; mwana nzaalwa.

city kibuga; kibuga gaggadde.

civet ffumbe.

civilization bugunjufu.

civilize kugunjula.

claim kwekwata; kwezza (kintu).

clan kika; buzaale.

clap kukuba mu ngalo.

class luse; lubu; kibiina kya bayizi.

classify kusengeka mu mbu; kussa bintu mu nse zaabyo.

classroom kisenge omusomesezebwa.

claw lwala lwa kinyonyi oba kisolo.

clay bbumba.

clean *ki*-yonjo; kinyirivu; tikiriiko kko.

clean kuyonja.

clear kulima; kusaawa; kutegula.

clear *ki*-tangaavu.

clearing kibangirizi; kyererezi.

clearly kaati; nkukunala.

clergyman mwawule; musossolooti; musumba.

clerk kkalaani; muwandiisi.

clever *mu*-gezi; *mu*-labalaba; *mu*-kujjukujju.

cliff lukonko; lugulungujjo.

climb kulinnya; kuwalampa.

clock ssaawa (ya ku meeza oga ku kisenge).

clod kifunfugu.

close *ki*-riraanye; *kya* kumpi; kumpi.

close kuggala; kusiba(wo); kuziba; *The road is closed*: Oluguudo luzibe.

cloth kiwero; kitambaala; lugoye.

clothes byambalo; ngoye; byakwambala.

clothing byambalo.

cloudy (ggulu) liriko ebire; (budde) bwa kikome; bwa kitto.

club kibiina; kinywi; nnyumba ya kwewummulizaamu; kirabo (kya mmere oba byakunywa); (muggo gwa) mbuukuuli.

cluster kirimba; kisaaganda.

coal lyanda (essime mu ttaka).

coarse *ki*-kalabufu; tikinyirira; tikiweweera.

coast lubalama.

coat munagiro; kkooti; kizibaawo.

cob kikongoliro; munwe gwa kasooli.

cobra (musota) nswera; nsowera.

cobweb lutimbe lwa nnabbubi.

cock (nkoko) mpanga; sseggwanga; (nnyonyi) nsajja.

cockroach nnyenje; kiyenje.

coffee mmwanyi; kaawa.

coil kuzinga; kwezinga; kukuba makata.

coin ssente; nsimbi.

cold *ki*-nnyogovu; *ki*-nnyogoga; *ki*-wolu.

cold ssennyiga; yegu; sseeseeba.

collapse kugwa; kumenyeka; kusasika.

collar kitogi.

collect kukuŋŋaanya.

collection nkuŋŋaanya; bintu ebikuŋŋaanye; ntuumu.

college ssomero kkulu; ttendekero.

colocynth ntobotobo.

colony nsi efugibwa abagwira.

colour bbala; lukoba; langi.

column lukalala; lukolongo.

coma kuzirika; *The patient is in a coma*: Omulwadde azirise tamanyi biri ku nsi.

comb kisanirizo.

comb kusanirira; kuwenja.

combination nkwataganya; kugattagatta.

combine kugatta; kukwanya.

come kujja.

comfort buweweevu; bubukavu; mirembe.

comfortable a-li mu mirembe; a-bukadde.

comma kabonero akalaga okuweerako mu kuwandiika; kkoma.

command kiragiro; tteeka.

command kulagira; kuduumira; kuwa tteeka.

comment kuwa ndowooza; kwogera ku kintu.

commerce bya busuubuzi; bya maguzi.

committee kakiiko (akalondebwa okukola ku nsonga entongole).

common *kya* bulijjo; *kye* tumanyidde; *The common man*: Omuntu owabulijjo.

communion ntabagana; kutabagana; (mukolo gwa) kusembera (mu kereziya oba kkanisa).

companion munne w'omuntu; munywani; munno bwe muyita.

company kinywi; abali awamu; kkampuni.

comparatively bw'ogeraageranya; mu kugeraageranya.

compare kugeraageranya.

comparison ngeraageranya; kugeraageranya.

compass kuuma akalaga omutambuze oba omusaabaze enjuyi z'ensi; *The main points of the compass are east, west, north and south*: Enjuyi z'ensi enkulu bwe buvanjuba, obugwanjuba, obukiikakkono n'obukiikaddyo.

compel kuwaliriza; kukaka.

compensate kugatta; kuwa ngassi; kuddabiriza.

compete kuvuganya; kulwanira kintu; kwetaba mu mpaka (ng'ez'emizannyo).

competition mpaka; kuvuganya.

complain kwemulugunya; kukukkuluma.

complaint kwemulugunya; (kulaga) butali bumativu.

complete kumaliriza; kujjuuliriza; kutuukiriza.

completely bulambalamba; nga teri kasigaddeyo.

complicated *ki*-zibu.

compose kuyiiya (luyimba oba kitontome).

composition mboozi empandiike; ekiyiiye mu bigambo oba mu bivuga.

concern kukwata ku muntu oba ku nsonga; *That matter does not concern me*: ekintu ekyo tikinkwatako.

concerning ku bifa ku (kintu); ku bikwata ku muntu oba ku nsonga; *You know everything concerning this school*: Omanyi byonna ebifa ku ssomero lino.

condemn kusinzisa musango; kusalira musango; kuvumirira.

condition ngeri; mbeera ya muntu oba kintu; kakalu.

conduct kukulembera; kulagirira.

conduct mpisa; nneeyisa; *We want young people of good conduct*: Twagala abavubuka ab'empisa ennungi.

conductor muduumizi (w'abayimbi); mulagirizi; musolooza wa nsimbi mu kidduka; kkondakita.

conference lukuŋŋaana lwa bakugu; lukiiko; *a press*

conference: lukiiko lwa bannamawulire.

confess kwatula; kulangirira; kwejjusa bibi; kwenenya.

confession kwejjusa; kwenenya.

confidence bwesige; bugumu.

confidential *kya* kyama.

confirm kukakasa; kussaako mikono.

confirmation bukakafu; kukakasa; kukakasibwa; kussibwako mikono.

confiscate kubowa; kuwamba (bya wa bbanja).

confuse kutabulatabula; kubuzaabuza.

confusion kutabukatabuka; butabangufu; kavuvuŋŋano.

congratulate kukulisa; kuyozaayoza

congregation kibiina; bakkiriza abakuŋŋaanye.

conjuror mufuusa.

connect kuyunga; kugatta; kusisinkanisa.

connection nnyingo; luyungiro; nkolagana; *I have no connection with that department*: Sirina nkolagana na kitongole ekyo.

conquer kuwangula; kugoba; kutuula ku nfeete.

conqueror muwanguzi.

conscience mmeeme; mutima.

conscious a-tegeera; a-wulira.

consecrate kutukuza; kwawula (mu ddiini).

consider kulowooza ku kintu; kussa mwoyo ku kintu; kufa ku kintu.

consideration mulaka; kussaako mwoyo; kulowoozaako.

consist kubaamu; kukolebwa mu (bantu oba bintu); *The committee consists of five women*: akakiiko kalimu abakyala bataano.

consonant nnukuta nsirifu.

consult kwebuuza; kunoonya magezi.

contain kubaamu; kuyingiza; *The calabash contains beer:* Ekita kirimu omwenge

contented *mu*-mativu; *mu*-sanyufu.

contents ebirimu (mu kitabo oba mu kitereke); ndagiriro.

contest lukontana; kuvuganya; mpaka; *beauty contest*: empaka za bannalulungi.

continual *kya* lubeerera; tikikutukako; nnantaggwa.

continually lubeerera; butakoma.

continue kwongera; kugenda mumaso.

continuous *kye*-yongerayo; tekikutukako.

contract ndagaano; nzikiriziganya.

contradict kukoonagana; kuwakanya; kukontana.

contrast kwawula; kwawuka; kwawukana; kulaga njawulo.

contribution kitoolebwa; kisuulwako.

control kufuga; kukugira.

convalesce kuddamu luyingo, oluvannyuma lw'okulwala.

convenant ndagaano; kiragaano.

conversation mboozi; kunyumya.

convert kukyuka; kukyusa; kufuula; *They have converted the church into a den of thieves*: Ekkanisa bagifudde mpuku ya babbi.

convert mukyufu (mu ddiini); musomi muggya.

convict kusingisa musango; kusalira musango.

convince kumatiza; kuwooyawooya.

cook kufumba.

cool *ki*-wovu; *ki*-nnyogovu; kiweweevu.

cool kuwoza (kintu ekyokya); kunnyogoza; kuweweeza.

copy kifaananyi kya kintu; kiddiŋŋanemu; kkopi.

copy kugeegeenya; kwefaanaanyiriza; kukoppa.

core makkati; mutima (gwa kintu).

cork mupiira ogusaanikira (eccupa).

corn ŋŋano; (mu Lumerika) kasooli.

corner nsonda; kkoona (mu luguudo).

coronation matikkira; matikkirwa.

corpse mulambo; mufu; njole.

correct *ki*-tuufu.

correct kugolola nsobi; kukebera (bibuuzo); kutereeza.

correspond (*to*) kwefaanaanyiriza; kwekuusa ku (kintu); (*with*) kuwuliziganya; kuwandiikiragana.

correspondence bbaluwa eziwaanyisiganyizibwa.

corrugated-iron bbaati.

cost muwendo; bbeeyi.

cotton ppamba.

cotton-wool ppamba omusunsule gwe bakozesa mu ddwaliro.

cough kukolola; kukontyonkoka.

council lukiiko olufuzi.

count kubala.

countless *bi*-ngi nnyo; tibibalika; nkumu na nkumu; nkuyanja; luseregende.

country nsi; *in the country(side)*: ebweru w'ebibuga; mu byalo.

county ssaza.

courage buvumu; buzira; bugumu; butatya.

course ssomo (lya bukugu); mugendo.

court luggya; mbuga; masengere; kkooti (y'omulamuzi).

courtyard luggya; ddembo.

cousin muganda wo oba mwannyoko (omwana wa kitaawo oba nnyoko omuto); kizibwe.

cover kibikkako; kisaanikira.

cover kubikka; kusaanikira.

covet kwegomba; kuyaayaanira.

cow nte ya mugongo (nkazi).

coward mutiitiizi.

crab njaba.

crack kwatika; kwasa; kujjamu njatika.

crack lunyaafa; lwatika.

crane (*one's neck*) kunuula nsingo.

crane ludaala lwa bazimbi; *crested crane*: ŋŋaali.

crash kugwa; (kidduka) kutomera; kugwa ku kabenje; (kompyuta) kulemererwa kukola.

crawl kwavula; kuteevuunya.

cream lububi lwa mata; kizigo.

create kutonda; kutondeka.

Creator (the) Mutonzi; Katonda.

creature kitonde; kintu ekirina obulamu.

creep kwekulula; kwewalula.

creeper kimera ekiranda.

crest kiwonzi; ntikko.

cricket muzannyo ogufaanana embirigo; kkiriketi.

crime musango; ntanyi.

criminal muzzi wa misango.

cripple mulema; mugongobavu.

critic mukebezi; musunzi; mugeyi.

critical *ki*- kulu nnyo; kikolokota; kyeraliikiriza; *The sick person is in a critical* *condition*: Omulwadde ali mu mbeera eyeeraliikiriza.

criticize kukebera (kiwandiiko); kusunga.

crocodile ggoonya.

crooked *ki*-kyamukyaamu; kigongobavu.

crop birime; musiri.

cross kusala (kkubo); kusomoka (mugga).

cross musaalaba.

crossroads massaŋŋanzira; sitenseni.

crouch kusitama; kusutama.

crow kukookolima.

crow nnamuŋŋoona.

crowd kwesomboolera (mu kifo).

crowd nnamungi wa bantu; kibinja kinene.

crown kutikkira; kutuuza ku ntebe.

crown ngule.

crucify kukomerera ku musaalaba; kunenya nnyo.

crumb kakunkumuka.

crush kwasaayasa; kusekula; kusotta.

crust mmembe.

cry kukaaba; kulira.

cry maziga; kwaziirana.

crystal mpeke, kkerenda (ng'ery'omunnyu)

cuckoo (kinyonyi) mpuunamalungu.

cud bwenkulumu; *chew the cud*: kuzza bwenkulumu.

cultivate kulima; kujjumbila; kukulaakulanya.

cultivation bulimi.

cup kikopo; kikompe; mpaawo.

cupboard tterekero; kabada.

cure kuwonya; kuvumula; kuloga; *This pill cures migraine*: Empeke eno eroga omutwe omuteezi.

curiosity maddu ga kumanya; bukenzi.

curious *mu*-luvu wa kumanya; mpuliddekamenya.

curl kuzinga; kuweta; kwezinga.

curls buwetero; mizingo; mayengo (mu nviiri).

current *kya* leero; *kya* nnaku zino; kiriwo.

curry (*powder*) binzaali.

curse kikolimo; kivumiriro.

curse kuvumirira; kukolimira.

curtain lutimbe.

curve kuweta; kuzinga; kunyoola; luzingo, muzingo; luwetero.

cushion mutto; kiwu.

custom mpisa; kalombolombo.

customer muguzi.

customs byabusuubuzi; *customs duty*: mpooza ya byabusuubuzi.

cut kusala; kutema.

cutting musale; lwokyo; nkonyogo ya kusimba; *a cassava cutting*: nkonyogo ya mwogo.

cyanide (ngeri ya) butwa; mmimbiri.

cyber *bya* kompyuta.

cycle kuvuga kagaali.

cyst kizimba (nga mu
nnabaana); bbuba mu
kibumba).

Dd

dab kucupya; kusuuniika.

dabble (in) kwegayaaliza (mu
kikolwa oba mu mulimu);
kwandaaliza (mu mulimu).

dagger kiso; mpiima

daily *kya* buli lunaku; kya buli
kakedde; buli lunaku.

dam bbibiro; kubibira.

damage kwonoona; gongobaza.

damn vumirira; zikiriza.

damp ki-bisi; ki-tobye.

dance zina; biibya.

danger kabi; kabenje; kacwano;
katyabaga.

dangerous k-ya kabi; k-ya
kabenje.

dare kwaŋŋanga; kwetantala;
kugeza; kugezaako.

daring mu-vumu;
lumiramwoyo.

dark ki-kutte enzikiza; ki-
ddugavu; ki-kutte langi.

darkness nzikiza; kizikiza;
kibululu.

dash kufubutuka; kasale kano
(-).

data ebikuŋŋanyizibwa mu
kunoonyereza; bujulizi.

daughter muwala (w'omuntu);
omwana owoobuwala.

daughter-in-law muka mwana.

dawn mmambya; maliiri;
mmambya kusala.

day lunaku, misana.

daytime budde bwa misana.

deacon mudinkoni,
munnaddiini.

dead mufu, mugenzi

deaf kiggala, muzibi wa matu

deal kukkaanya, ntegeeragana
diiru

dean diini, mukulu wa
kitongole.

deanery dinale, ttwaale lya
kanisa oba kereziya.

death walumbe, lumbe.

debate kukubaganya birowoozo.

debt bbanja.

debtor abanjibwa, eyawolebwa.

decay embeera ey'obwononefu.

decay kuvunda,
kusaabulukuka, kwononeka.

deceive kulimba.

december Desemba, Ntenvu,
mwezi gwa kkumi n'ebiri.

deception bulimba.

department kitongole.

depend kwesigama.

deposit mugabo, libooni,
mutemwa ogusooka, kiggula
luggi.

deprive kukamula, kunyigiriza.

depth buwanvu mu kukka
wansi.

deputy musigire.

descend kukkirira (madaala).

describe kunnyonnyola
nfaanana.

descrition nfaanana, ndabika.

desert ddungu, lukoola

deserted temuli bantu.

deserve kusaanira, kugwanira.

desire kwegomba, kwagala nnyo.

desk meeza ewandiikirwaako.

despair kuggwamu maanyi, kuterebuka.

despise kunyoomoola.

destination gy'ogenda.

destroy kwonoona, kusanyaawo.

destructive mwonoonyi wa bintu.

detached byawukanye.

details kalonda.

detective mbega.

determination bumalirivvu.

determine kumalirira.

develop kukula.

development nkulakulana.

devil setaani, mukemi, muzimu.

dew musulo, kalenge, ssuulwe.

diagram kifaananyi.

diamond dayimanda, jjinja lya muwendo.

diarrhoea kiddukano.

dice kayinja ka ludo, daisi.

dictionary nkuluze, lukalala, nkanga ya bigambo.

die kufa, kukisa mukono, kutuva ku maaso.

difference njawulo.

different byawufu, tebifaanana.

difficult kizibu.

difficulty buzibu.

dig kulima, kusima bunnya.

diligent munyiikivu, mukozi.

dilute jjuule, biswambazzi lujjulungu.

dining-room ddiiro eddene.

dinner kijjulo, kyakiro.

diocese ssaza (lya kerezia) bulabirizi.

dip kunnyika.

direct butereevu.

direct kulagirira.

direction ludda, ndagiriro.

directly butereevu.

director mukulu, mutendesi.

dirt bujama, bukyaafu, buligo, buggulu.

dirty mujama, muggulu, muligo

disadvangage buzibu, kiremya.

disagree butategeragana, kukontana, kukaayana.

disappear kubulawo.

disappearance kubulawo.

disappoint kunakuwaza

disappointment kunakuwaza, kunyiiza.

disciple mugoberezi.

discipline mpisa nnungi, buntubulamu.

discomfort mbeera ey'okuggwaako eddembe.

discount nsimbi ze basalira ku muguzi.

discourage kuterebula, kulemesa.

discover kuzuula, kuvumbula.

discovery kivumbule, kizuuliddwa.

discuss kwogera ku nsonga.

discussion kuteesa, kukubaganya birowoozo.

disease ndwadde, nnyimbe.

disgrace kyesittazo, kisiraani.

disguise kukweeka, kubuzaabuza.

disgust kunyiiza, kutama.

dish sowaani, diisi.

dishonest mubibbi, mukumpanya.

dislike kukyaawa.

dismiss kugoba.

disobey kujeema.

dispensary ddwaliro ettono.

disperse kwabuka, kusasaana.

dispute kukaayana.

dispute nkaayana.

dissolve kumalawo nkaayana

distance lugendo.

distant wala.

distinguish kulabawo njawulo.

distress kunakuwaza.

distribute kugaba, kugabanya

district disitirikiti

disturb kutabangula, kuchankalanya

disturbance mutawaana, katabanguko.

ditch kusuula kintu mu lukonko.

dive kukkirira mu amazzi, kugwa wansi.

divide gabanya, tabulatabula.

divine kya katonda.

divinity bwakatonda.

division njawukana, nnyombo

divorce kugattulula.

dizzy kantolooze.

do kukola.

doctor musawo.

doctrine njigiriza.

document kiwandiiko,

dog mbwa.

donation kilabo, kitone.

donkey ndogoyi.

door luggi.

doorway mulyango.

dormitory kisulo.

dot katonnyeze

double byombi, bibiri.

doubt kubuusabuusa.

doubt kubuusabuusa

doubtful kibuusibwabuusibwa.

dough ŋŋano enkande.

dove jjiba; jjuba; njiibwa; kaamukuulu.

down wansi.

dowry mutwalo (kirabo mu kwanjula).

dozen bintu kkumi na bibiri daziini.

drag kusikambula.

dragon-fly namunkanga.

draw kukuba kifananyi eky'ebgalo.

drawer kasanduuku mu meeza, doloowa.

drawing kifanyi kya ngalo.

dream kuloota, kirooto.

dregs nkanja, bufikkira

dress kiteeyi.

dress kwambala, kulunga.

drill kwegezaamu.

drink eky'okunywa.

drink kunywa.

drip kutonnya.

drive kuvuga, kugoba.

driver mugoba, duleeva.

drop kutonnyeza; kusuula wansi.

drop ttondo.

drought kyeeya.

drown kufiira mu mazzi.

drum ŋŋoma.

drummer mukubi wa ŋŋoma.

drumstick minyolo.

drunk atamidde.

drunkard mutamiivu.

drunkenness obutamiivu.

dry *ki*-kalu.

dry kukala; kukaza; kwanika.

duck 1. mbaata; 2. kwewoma.

due 1. *ki*-saanira; *ki* -razaanye;

duiker mpeewo.

dulcimer ndongo; ntongooli.

dull *ki*-zinzibavu; tikimmuka.

dumb kasiru; muzibi wa mumwa.

dung bbi; busa; mpitambi.

dunghill kiteerera; kasasiro.

during mu biseera (by'ekiriwo); *during the war*: mu biseera by'olutalo.

dusk kawuungeezi; *at dusk*: nga buziba.

dust nfuufu; lufufugge.

duster kisiimuula.

duty 1. mulimu; buvunaanyizibwa; kye (nteekwa) okukola; 2. mpooza; musolo gwa bya busuubuzi.

dye bbala, langi; kutona bbala.

dysentery kiddukano eky'omusaayi.

Ee

each buli omu; buli kimu; *They despise each other*. Bagayaŋŋana.

eager *mu*-yaayaanizi; *a*-yagala nnyo.

eagle mpungu; kalinjola.

ear kutu.

early nga bukyali; ku nkya;mangu.

earn kupakasa; kufuna mpeera.

earnest *mu* –nyiikivu nnyo; a-faayo nnyo.

earth nsi; ttaka.

earthenware bintu bya bbumba; bibumbe.

earthquake musisi; mutenzaggulu.

ease bwangu; butebenkevu.

easily watali buzibu; nga tokaluubirirwa.

east buvanjuba.

Easter Mazuukira; Ppaasaka.

easy *kya*-ngu

eat kulya.

ebb kukka; kukendeera; (mazzi ga nnyanja) kwesenda lubalama.

echo kyeyitabya.

economical *kya* bukekkereza; kikekkereza.

eczema bbwa ssajjufu.

edge mugo; lukingizzi.

editor mukuŋŋaanya.

educate kugunjula; kusomesa

education njigiriza; bya njigiriza.

eel nsonzi, muguya.

effect kiva mu (kikolwa).

effective kíkola; kisobola; kyamaanyi.

efficient kikola bulungi; kituukiriza.

effort bunyiikivu;kwekemba.

egg ggi.

egret nyange.

Egypt Misiri.

Egyptian Mumisiri.

eight munaana.

eighteen kkumi na munaana.

eighty kinaana.

either kimu ku bibiri; (either...or); *either this or that*: oba kino oba kiri.

eject kufulumya; kukasuka bweru.

eland ngabi; njobe.

elastic ki-naanuuka;kyereega.

elbow lukokola.

elder mukulu; mukadde; *He is my elder brother*: Ye mukulu wange.

elect kulonda.

election bulonzi; kulonda; nnonda.

electric kya masannyalaze.

electricity masannyalaze.

elephant njovu; "gguluddene".

elephant-grass kisagazi; lusagazi.

elephantiasis obulwadde bw`enjovu.

eleven kkumi n`emu.

else kirala; kindi.

elsewhere walala.

embalm kuziraga; kulongoosa mulambo guleme kuvunda.

embargo kiragiro ekiwera; kussa nvumbo (ku kikolwa).

embark kulinnya (lyato oba kidduka kirala); kutandika, kutanula; *The residents have embarked on a programme to clean their area*: Abatuuze batandise entegeka ey'okuyonja ekitundu kyabwe.

embarrass kuswazaswaza, kusonyiwaza; kuweebuula.

embrace kugwa mu kifuba; kuwambaatira.

embroil kuyingiza, kweyingiza (mu nkaayana).

emigrate kusenguka; kufuluma nsi; kuwaŋŋanguka.

emigration busenguse; buwaŋŋanguse.

emit kuvaamu (mukka, lusu oba kitangaala).

emolument musaala munene; kavu wa nsimbi.

emotion mpulira mu mutima; kinyegenyege; *Anger, joy and love are emotions*: Obusungu, essanyu n'omukwano tubiwulirira mu mutima.

emperor kabaka wa bakabaka.

emphasis ssira; maanyi mu kwogera.

emphasize kussa ssira (ku nsonga); kukuutirira.

empire bwakabaka gaggadde, omuli bakabaka abangi; bwakabaka bwa bakabaka.

employment mulimu; bupakasi.

empty kyereere; kikalu, tikiriimu kintu.

enable kusobozesa; kuyinzisa.

encamp kusiisira;kugumba.

enclose kukomera; kusibira mu bbaasa.

enclosure lukomera; kigo; lugo.

encourage kuzzaamu amaanyi; kwasira.

end kukomekkereza; kukomya; kumaliriza.

end nkomerero.

endless kitaggwayo; tikirina kkomo; *kya* lugenderezo.

endure kuguma; kugumiikiriza.

enema kiwawulanda; ddagala lya kuteewuluza lubuto.

enemy mulabe;muzigu.

energy maanyi; busobozi bwa kukola; mafuta oba masannyalaze agatambuza ebyuma.

engagement kwanjula, kukola.

engine kyoto; yingini.

engineer mukugu wa byuma; yinginiya.

England Bungereza.

English Lungereza

Englishman Mungereza

enjoy kunyumirwa; kuwoomerwa.

 enjoyment bunyuvu; buwoomi.

enlarge kugaziwa; kugaziya.

enough kimala.

enquire kubuuza; kunoonyereza.

entangle kulijjagana; kukwatagana.

enter kuyingira, kuyingiza; kwesogga.

entertain kusanyusa; kubeesabeesa.

entertainment kinyumu;bisanyusa; ntujjo.

entice kusendasenda; kusigula; kukwenyakwenya.

entire (kintu) kyonna; *ki*-rambirira.

entirely bulambirira; butalekaayo.

entrance mulyango; wayingirirwa.

entrust kukwasa mu bwesigwa; kuteresa.

envelope bbaasa.

envy buggya; nsaalwa, ffutwa, mpiiga.

envy kukwatirwa buggya; kukwatirwa nsaalwa.

epilepsy nsimbu, (bulwadde bwa) bigwo.

epistle bbaluwa; bbaluwa ya mutume mu Bbayibuli.

equal *kye*-nkanankana, kyenkanyi.

equally kyenkanyi; kyenkanyinkanyi.

equity bwenkanyi; kyenkanyi; mugabo (mu kampuni).

era mulembe; kiseera kya budde.

erase kusangula, kusaanyawo.

erect kusimba, kuyimiriza, kuzimba.

erode kukulukusa, kumogola, kuseebengereza.

erosion mukoka; ttaka kukulugguka.

err kuwubwa; kukola nsobi.

error nsobi; kisobyo; kuwubwa.

escape kubomba; kwemulula; kutoloka; kuwona (kabenje).

escort kuwerekera.

especially na ddala; *Wars hurt people a lot, especially children*: Entalo zibonyaabonya nnyo abantu, na ddala abaana.

essential *ki*-talekeka; kyetaagisa.

establish kussaawo; kugunja.

estate kibanja; bya bugagga bwa muntu awamu; *real estate*: bya ttaka na mayumba.

estimate kubalirira; kuteebereza.

eternal *ki*-takoma; *kya* lubeerera; ki-taggwaawo; *eternal life*: obulamu obutaggwawo.

ether mpewo za mu bwengula.

ethics bwesimbu; mpisa ntuufu. buntubulamu.

etiquette mpisa ezoomubantu; buntubulamu.

etymology nnono za bigambo.

eucalyptus kalittunsi.

eunuch mulaawo; mutete.

euphorbia nkoni.

Europe Bulaaya

European Kizungu; bya Kizungu; Kiveebulaaya.

European Muzungu; Muvabulaaya.

euthanasia kutta lwa kisa; kutta kwa kuwonya muntu bulumi.

evacuate kusenguka; kusengula; kwamuka (kifo).

evangelist muwandiisi wa njiri oba vvanjiri; mubuulizi wa njiri.

evaporate (mazzi) kusaanuuka ne gafuuka omukka; kufuumuuka; kukalira.

even wadde; yadde; nga na kino okitwaliddemu; *Even the lame danced*: N'abalema nabo baazina.

evening kawungeezi; lwaggulo.

event mukolo; kigwawo.

eventually luvanyuma; *kya*lwa edda (ne kibaawo).

ever kyali (kibaddewo); lubeerera; bukya nga luba; *Have you ever seen a gorilla?*: Wali olabye ku kigaya?; *You will live for ever*: Olilama lubeerera.

every buli (kintu); (ekintu)*kyo*nna; *Every living thing eventually dies*: Buli kiramu kyonna kimala ne kifa.

everywhere buli wamu; wonna wonna; yonna.

evidence bujulizi.

evil kibi; bubi; kivve.

evil *mu*-bi.

exact *kyekyo* kyennyini; kituufu.

exactly ddaladdala; tiwali kubuuza.

exaggerate kusavuwaza; kuyitiriza; kuzimbulukusa.

exalt kugulumiza, kutendereza.

examination kibuuzo; kigezo; kukebera (kwa musawo).

examine kubuuza; kugeza; kukebera (mulwadde).

example kyakulabirako; kigezo.

examption kisonyiwo.

exceedingly kiyitiridde; kisusse; kisukkiridde.

excellent *ki*-rungi nnyo; ki-nyweddemu (ebirala) akendo.

except okuggyako; beppo; mpozzi.

exception kyawukana ku bya bulijjo.

excess nsuusuuba; kisukka ku kyetaagisa oba ekikkirizibwa.

exchange mpankuwe; kuwaanyisaganya; *foreign exchange bureau*: dduuka omukyusizibwa ensimbi z'ebweru.

exchange kuwanyisa; kuwaanyisaganya.

excite kucamula;kubuguumiriza.

excitement kacamuko;lubuguumiriro; kasattiro.

exclamation kwewuunya; kukunga; kukungiriza; *exclamation mark*: (mu kuwandiika) kabonero ka kwewuunya oba kukungiriza (!).

excuse kusonyiwa; kusaasira; kuddiramu.

excuse kyekwaso; nsonga (ya butatuukiriza).

exercise kwemaanyiiza (kikolwa); kwegezaamu; mulimu muzibu; *They started the exercise of moving the refugees*: Baatandika omulimu gw'okusengula abanoonyi b'obubudamo.

exhibit kulaga, kwolesa; bujulizi (bwa kintu), kizibiti.

exhibition mwoleso; kwolesa.

exhale kussa mukka; kussa kikkoowe.

exhume kuziikula (na ddala omufu).

exile buwaŋŋanguse; muwaŋŋanguse.

exist kubaawo; kuwangaala.

existence kubaawo; buwangaazi.

expand kugaziwa; kuzimba.

expect kulindirira; kusuubira.

expectation kulindirira; ssuubi; kuba bulindaala.

expedition kikwekweto;kiwendo.

expel kugoba;kusuula bweru.

expense nfulumya ya nsimbi.

expensive *kya* muwendo munene; kigula buwanana; kya bbeeyi.

experiment kugezesa; kutetenkanya; kuwatanya.

experience bumanyirivu; bye tulaba mu bulamu.

experiment kugeezaako; kugezaageza; kutetenkanya.

expert mukugu; kakensa; nnakinku.

expire kuggwako; kuyitwako kiseera;

explain kunnyonnyola; kutangaaza.

explode kutulika; kwabika; kubwatuka.

explorer muvumbuzi.

explosion kibwatuka; kitulika.

express kya mbagirawo; kya kaasammeeme.

expression njogera; ŋŋombo; ntunula.

extend kwongerayo; kwongeza (biseera) mu maaso.

extent kigero; (kintu)gye kituuka.

external *kya* kungulu; ky'ebweeru.

extinguish kuzikiza; kuzikiriza (muliro).

extra *kya* nkizo; kya nnyongeza.

extract kitundu ekiva mu buwandiike obuwanvu; (ddagala oba kyakulya) kikamule mu bimera oba mu bibala.

extraordinary kyebonere; si kya bulijjo; kya njawulo.

extremely nga kiyitiridde; mu kusukkiriza; kigenze wala nnyo.

eye liiso; *eye of a needle*: nnyindo ya mpiso.

eyebrow kisige.

eyelash kikowekoowe.

F f

face maaso.

face okwang'anga.

fact ekiriwo; kya mazima.

factory kkolero.

fade kusiiwuuka.

fail kulemwa.

failure kulemwa.

faint kinafu, ddoboozi ttono.

fair kya bwenkanya.

fairly mu bwenkanya.

faith enzikiriza; okukkiriza.

faithful mwesigwa.

fall kugwa.

false kya bulimba; ssi kituufu.

familiar kimanyiddwa, ssi kiggya.

familiarity kumanyiira.

family maka.

famine mukazi, muwala, nduusi, museera.

famous mwatikiivu, kafulu.

fan kiwujjo, muwagizi.

fancy kulowooza;kwegwanyiza.

far wala; lugendo.

farm ssamba, nimiro ennene.

farmer mulimi.

fashion musono.

fast kyanguwa nnyo.

fast tekivaamu langi.

fast tekikyuukakyuuka, e.g. eteeka.

fasten kusiba.

fat kinene, kigimi.

fate ebiddirira;ebituuka ku muntu oluvannyuma.

father muzadde omusajja; musaserdooti.

father-in-law sezaala; omuzadde omusajja azaala omukyaala.

fault kisobyo; nsobi.

favour kuwagira; kuwa nkizo.

favorable kirungi,e.g. embeera y'obudde, ku balimi: ya nkuba.

favourite ky'osinga okwagala.

fear kutya; kussaamu kitiibwa.

fearful alimu okutya; mutiitiizi.

feast mbaga, kinyumu.

feather kyooya kya kinyonyi.

February febbwaali.

fee kisale, omuwendo ogusasulwa.

feed kuwa mmere kuliisa.

Feel kuwulira; kwewulira, e.g. omulwadde.

Feeling ky'owulira.

Fees ebisale.

Feet bigere.

Fell kutema (muti).

Fellow musajja; gw'okola naye.

Fellowship nzikiriza, kibiina

female--mukazi, muwala, nduusi, museera, nnyana

fence lukomera.

fern muddo: kika kya kayongo

ferry kidyeri; kinaala, kusaabaza

fertile kijimu, e.g. ettaka

fester kusajjuka; kusajja

fetch kunona, kuleeta

fever musujja

few bitono, ssi bingi.

fibre kyayi, ekisiba, wuzi za ngoye.

fierce kitiisa, e.g. embwa ennene.

fifteen kkumi na ttaano.

fifty ataano.

fig kibala kya mutiini.

fight kulwana.

fig-tree muti omutiini.

figure kifaananyi.

file failo.

fill kujjuza.

film firimu.

filter kusengejja; kwesengejja, kusensera; kukulugguka.

Final ekisembayo.

Finance bya nsimbi.

Find kuzuula.

Fine kutanza ,

fine omuwendo ogusalirwa atanziddwa.

fine kawewa; ekirongoseddwa ennyokawerette; kale.

finger lugalo.

finish kumaliriza.

fire muliro.

fire-finch kanyonyi: kika kya kasanke.

fire-fly kiwuka, eky'emmunyeenye.

fireplace kyoto

firm kampuni.

first ekisooka mu maaso.

firstborn omuggulanda.

fish kyannyanja.

fish kuvuba.

fisherman muvubi.

fish-hook ddobo lya bavubi.
fish-trap katimba ka bavubi.
fist kikonde.
fit kuzimba oba kussaamu e.g.
okussa emizindaalo mu
motoka.
fit asaanidde: e.g. ow'amaanyi
y'asaanidde obuserikale;
embeera ennungi: e.g. ali mu
mbeera nnungi; kwegeza mu
ngoye.
five ttaano.
fixed tekikyuukakyuuka,e.g.
ebbeeyi; kiwangiddwa;
kinyweevu.
flag bendera.
flame lulimi lwa muliro; jjirikiti.
flannel fulaano.
flash kimyanso.
flat kyagaagavu.
flatter kuwaanawaana.
flavour ddekende; kawoowo;
buwoomi.
flea nkukunyi.
flesh mubiri, nnyama.
flicker kumyansamyansa.
flight lugendo lwa nnyonyi.
float kutengejja ku mazzi.
flock ggana; kukung'aana.
flood mataba; kwanjaala;
mujjuzo.
floor mwaliiro;ddiiro(wansi ku
ttaka).
flour buwunga.
flow kukulukuta; kukweeya:
engoye za bannaddiini mu
mikolo;kuseneekerera:
e.g.olulimi oluseeneekerevu.
flower kimuli.

flute ndere.
fly nsweera; nsowera.
fly kubuuka okwekinyonyi.
foam jjovu; kubimba.
fold kufunya; kuweta; lufunyiro.
fold ggana.
follow kugoberera.
follower mugoberezi.
fond ekyagalibwa ennyo.
font obunene bwennyukuta.
food mmere.
fool musiru.
foot kigere,; kipimo kya inchi
kkumi na bbiri.
football mupiira.
for ku lwa.
forbid kuwera.
force kuwaliriza.
force kibinja; maanyi.
ford mugga.
forehead kyenyi.
foreign kya bunaayira.
foreigner mugwiira.
forest kibira.
foretell kulagula.
forge kugingaginga; kugenda mu
maaso.
forget kwerabira.
forgive kusonyiwa.
forgiveness kisonyiwo.
forgotten kyerabiddwa.
folk abeng'anda, bataka.
from okuva.
form engeri; embeera.
formal mu butongole.
former ekyasooka; eyasooka;
eyali.
formerly mu kusooka; edda.

fornication kwenda.

forsake kwabulira.

fort kigo.

forth mu maaso.

fortnight ebanga lya wiki bbiri.

fortunate kya mukisa; wa mukisa.

fortunately eky'omukisa.

fortune mukisa.

forty makumi ana.

forwards nga kidda mu maasao

found kizuuse.

foundation musingi.

fountain nsulo; kkalaamu eya bwino.

four nnya.

fourteen kkumi na nnya.

fox kibe.

frame fuleemu.

framework musekese.

France Bufalansa

francolin kinyonyi, kika kya nsega.

free kya bwereere.

freedom ddembe.

freely awatali amukuba ku mukono mu mirembe.

freeze kunyogogera ddala; kunnyogoza; kussa nvumbo ku ssente eziri mu banka.kufuuka oba kufuula muzira.

french mufalansa.

frequently emirundi mingi

fresh--kiggya; muggya, kibisi: e.g. engege; kiramu:e.g. amata, mugaati

Friday Lwakutaano; Jjuma.

friend mukwano, munywanyi.

friendship mukwano.

frighten kutiisa; kukanga.

fringe mugo; mukugiro; nyongeza:e.g.ensako egabirwa abakozi abawaggulu.

frog kikere.

from okuva.

front mu maaso.

frost butiti.

Froth kyovu: nga eky'omwenge.

frown kusala mitaafu, kwekaba.

fruit kibala.

fry kusiika.

frying-pan kisiikirwaamu, luggyo, ntamu.

fulfil kutuukiriza

Full kijjuvu.

full-grown asajjakudde; akulidde ddala.

full-stop katonnyeze.

fun masanyu, ebisanyusa.

function mukolo; mulimu.

funeral kuziika.

fungus bulwadde (lukuku, biguuna, ne mubimera e.g. mu nyaanya) .

funnel kabinikiro.

funny kisesa.

fur kyooya.

furnace kabiga.

furniture eby'omunju e.g. emmeeza, ntebe.

further n'okweyongerayo.

future biseera bya mu maaso; gye bujja.

future kijja; kirindirirwa; kisuubirwa.

Gg

gab bwogezi; bwogeziyogezi; luboozi.

gable bwenyi bwa nnymba.

gabble kusabuliza; kubumbujja mu njogera.

gain kuganyulwa; kugobolola; kufuna magoba; magoba.

gallon kalobo.

gamble kkubaalabaala.

game muzannyo nsolo oba nnyonyi ez'omu nsiko eziyiggibwa.

gap bbanga; mwaganya; kiseera

garage kifo kya motoka ku nnyumba; we bakanikira motoka ne pikipiki.

garden nnimiro.

gargle kunyumunguza mu kamwa oba mu mimiro.

garment kyambalo.

gas gasi (omukka ogufumba).

gateway mulyango

gather--kukung'anya; kukung'ana.

gay musanyufu; mukaba

gaze kwekaliriza.

general muserikale wa ddaala lya waggulu; byonna wamu:e.g. ennyonyi zonna wamu.

generally okutwalira awamu.

generous mugabi.

gentle mukwatampola; mwegendeeza.

gentleman wa kitiibwa, mwami, yesigika.

gently mpolampola; na bwegendereza.

germ kawuka akatambuza obulwadde mu mubiri.

German Mujirimani; Mudaaki.

Germany Bujirimani; Budaaki.

germinate kumera; kuloka.

get kufuna.

ghost muzimu; mwoyo.

giant ssajja, mulangaatira, omuntu omunene ennyo ate nga muwanvu nnyo.

gift kirabo.

gin mwenge muka e.g. waragi.

giraffe ntugga.

girl muwala.

give kugaba.

giver mugabi.

glad musanyufu.

gladly nga musanyufu; mu ssanyu.

glass--ndabirwaamu; gilaasi enyweerwamu.

glasses gaalubindi.

glean kulonderera; kiwandiiko ekijjiddwa mu biwandiiko ebirala.

glitter kutangalijja; kumasamasa.

glory kitiibwa.

gnat kiwuka, kika kya nsiri.

gnaw kuguguna, kuluma. mpolampola; kugaaya.

go kugenda.

goad kusindiikiriza; kuwaliriza.

goal kiruubirirwa kigendererwa; ggoolo (mu mupiira.

Goan Mugoowa.

goat mbuzi.

God Katonda.

godparent mweyimirizi mu kubatizibwa; muzadde mu Batiisimu.

gold zaabu.

golden kya zaabu.

good kirungi

goodness bulungi(mbeera:e.g. ali bulungi; bulungi (nkula: e.g.bulungi bwa mpisa).

goods bya maguzi; bitereke.

gorilla nsolo (kisodde)kika kya nkima.

gospel njiri.

gourd kita; ndeku; mpaawo.

govern kulabirira; kukuuma; kufuga.

governement gavumenti; bufunzi obw'ensi.

governor mufuzi.

grace kisa kya katonda.

gracious ajjude ekisa (e.g. gracious lord: mukama ow'ekisa).

gradually mpolampola.

grain mpeke: e.g. eya kasooli.

grammar ggulaama;mateeka ga lulimi.

granary kyaaji.

grand kinene.

grandchildren bazzukulu.

grandfather jjajja omusajja.

grandmother jjajja omukazi.

grant kugaba; kutonera; buyambi (bwa ssente).

grape muzabbibu.

grass ssubi; muddo gwa ssubi.

grasshopper nseenene; jjanzi.

grateful alaga okusiima; *I am grateful for your help:* nasiima nnyo ebbaluwa yo.

grave malaalo; (muntu) wa ggume; kizito; kya nsonga nnyo.

gravel luyinjayinja.

gravy guleevi; muchuuzi.

graze kulya muddo:(e.g: the goats are grazing: embuzi zirya omuddo).

grease giriisi (bizigo bya yingini)

great mukulu; wa buyinza bungi.

Greece Buyonaani, Bugiriiki.

Greek Muyonaani, Mugiriiki.

green kiragala; kya kiragala.

great kikulu; kya maanyi.

greet kulamusa; kubuuza; kukuba ndaala.

grey kivuvvu; kitositosi (langi); ggule.

grind kusa (bulo oba mpeke ndala); kusekula.

grindstone lubengo.

groan kukaaba (mu bulumi).

groove kuwoola; lwola, njola

ground ttaka; wansi.

groundnut kinyeebwa, kinyoobwa.

group kibinja, kibiina, kikuukuulu.

grow kukula; kulima (bibala).

growth kukula; nkulakulana.

grumble kwemulugunya.

grunt kufuguma.

guarantee kakalu; musingo.
guard kukuuma.
guard mukuumi.
guava ppeera.
guess kuteeba; kuteebereza.
guest mugenyi.
guide alagirira.
guide kulagirira.
guilt musango; kisobyo; kyoonoono.
guilty alina imusango; asingiddwa omusango.

guinea-fowl nkofu.
gulf kyondo.
gum gaamu; masanda
gun mmundu.
gunpowder buganga.
gurgle kwegogagoga.
gyrate kwebonga; kwekungula.

Hh

habit muze.
hades magombe.
haemorrhage kikulukuto.
hail muzira;mayinja (agagwira mu nkuba); (nnamusa) mirembe; businze; *hail Ceasar!*: mirembe (businze) ayi Kayisaali!
hair nviiri.
half kimu kya kubiri; makkati.
hall kisenge ekinene.
ham nnyama ya mbizzi enkalirire.
hammer nnyondo.
hand kibatu; mukono.
handful ekigya mu kibatu; bitonotono; bya lubatu; *There was only a handful of people*: Waaliwo abantu ba lubatu.
handkerchief katambaala ka mu ngalo.
handle kukola ku nsonga: e.g. *Mukasa handles your business.*

handwork mulimu gwa mikono: e.g.mukeeka.
hang kulengejja kuwanika e.g. ngoye ku mugwa; kifanayi ku kisenge.
happen kubaawo; kugwaawo.
happiness ssanyu.
happy musanyufu.
harbour mwalo; kukweka.
hard kikalubo.
harden kukaluba.
hardly kumpi tewali e.g. Kumpi tewali muntu: *There is hardly a soul.*
hare wakayima, kasolo ka mu nsiko: kika kya kamyu.
harm kabi; mutawaana.
harm kulumya; kukola kabi.
harmonium nnanga.
harp ntongooli.
harvest kukungula makungula; ebikungulwa.
haste bwangu.
hastily mu bwangu.
hat nkuufiira.

hatch kwalula magi; kukola lukwe e.g. Baakola olukwe okutta omwami: *They hatched a consipiracy to kill the chief.*

hate kukyaawa; kuwalana.

hatred bukyaayi.

have kubeera nga olina e.g. Kamoga alina sente: *Kamoga has money.*

hawk kutembeeya:atunda atambula e.g. mutembeeyi: *hawker.*

hay muddo omukalu ebisolo gwe birya mu budde obwempewo.

haze kifu (obudde nga tebulaba bulungi).

he ye (omusajja); *He is our God:* Ye Katonda waffe.

head mutwe; mukulembeze; senkulu.

headache kulumwa mutwe; busobevu.

headman nnampala, nyampala; mukulu w'abakozi.

heal kuvumula.

health bulamu.

healthy mulamu.

heap kutuuma ntuumu.

hear kuwulira.

heart mutima; makkati; *in the heart of Africa*: wakati mu Africa.

heartburn kikeeto; kukeetebwa mmere.

hearth kyoto.

heat bbugumu.

heaven ggulu; lubaale.

heavy kizito.

hedge kakomera ka buti obumeze.

heel kisinziiro.

height buwanvu.

heir musika.

hell muliro ogutazikira.

hello! oli otya; wangi: e.g. mu kwanukula essimu.

helmet nkuufiira nga ez'abavuzi bapikipiki.

help kuyamba; buyambi.

helpless taliiko ayamba.

hem kawenge ka lugoye.

hen nkoko.

her kikye omukazi e.g. *Her dress:* kiteeteeyi kye.

herd ggana.

herdsman musumba.

here wano.

hero muwanguzi.

heron ssekanyolya.

hers kikye (mukazi); *This dress is hers:* Ekiteeteeyi kino kikye.

herself Ye yennyini (mukazi) *She saw the thief herself*: ababbi yabalaba ye yennyini.

hesitate kusikattira; kwelwisa; kulonzalonza.

hiccough, hiccup kusikondoka; kasikonda.

hide kukweka; kwekweka.

hide ddiba.

high waggulu.

highly mu ngeri ya waggulu e.g. *He is highly respected:* Aweebwa nnyo ekitiibwa.

hill lusozi; kasozi; katunnumba.

him ye omusajja e.g. *we saw him:*twamulaba (ye omusajja).

himself ye yennyini (omusajja) e.g. *He saw the thief himself:* Yalaba omubbi (ye yennyini).

hinder kulemesa; kukaluubiriza.

hinge ppata.

hip lukugunyu; makendegere.

hip luyaayeyaaye e.g. *hip-culture.*

hippopotamus nvubu.

hire kupangisa.

his kikye (omusajja) e.g. *This shirt is his:* Essaati eno yiye.

hiss kusiiya; kusaala; kusooza

history ebyafaayo.

hit. *v.* **kuteera** kukuba; kutomera; kugwiirwa.

hive muzinga gwa njuki.

hoarse kikaatuufu, kikalabufu; kisaakaavu.

hoe nkumbi.

hold kukwata.

hole kituli.

holiday luwummula.

holiness butuukirivu; butukuvu; butuufu.

hollow kya muwulenge; temuli nsa, e.g. *a hollow argument:* ensonga omutali mulamwa.

holy kitukuvu, mutukuvu.

home ka; maka;ka; waka; eka.

honest mwesigwa; mwesimbu; wa mazima.

honesty bwesigwa; bwesimbu.

honeycomb kisassalala kya mubisi gwa njuki.

honour kitiibwa: e.g.*Honour your parents:* Bakadde bo

basseemu ekitiibwa. bwesige: e.g. *This cheque has not been honoured:* Kyeke eno tesasuddwa; kutuukiriza; Honour your promise: tuukiriza ekisuubizo kyo.

hoof kigere kya nsolo; kinuulo.

hook ddobo; kusikayo, e.g. *The pastor hooked me from my sinful ways:* Omusumba yansika okuva mu byonoono byange.

hoop lunnamuziga lwa kuzannyisa.

hop kubuukabuuka e.g. *Hop, step and jump:* Buukabuuka, kubawo ekigere, buuka.

hope kusuubira; ssuubi.

horizon amaaso gye gakoma.

horizontal bukiikakiika e.g. Engalo twakubye za bukiikakiika: *We clapped horinzontally (due to excitement).*

horn ejjembe ly'ente; eŋŋombe ey'abayizzi, eya band, ey'emotoka; ejjembe ery'abalogo, e.g. Nambaga, Lubowa, Kkonkomaza.

hornbill ŋŋaaŋa.

hornet nnumba, kiwuka kya busagwa

hornless nkunku, ente etalina mayembe; mukazi mugumba,e.g. *Omukazi omugumba mbuzi ya nkunku: bw'etoloka tokwata.*

horse nfalaasi, mbalaasi.

hospitable asanyukira abagenyi, mwazaŋŋanda.

hospital ddwaliro.

hospitality bugenyi, ssanyu lya bannyinimu.

host nyinimu.

host--ekingi ennyo, e.g. *The MP created a host of enemies:* Omubaka yafuna abalabe bangi nnyo.

hot kyokya; kya bbugumu e.g. *A hot debate:* Okuteesa okw'ebbugumu.

hotel woteeri; ekirabo ky'emmere,mugiini,kizimbe omusula abatambuze.

hour ssaawa (eddakiika nkaaga).

house nnyumba, kizimbe.

how ngeri ki?

however wabula, naye.

hub musingi e.g. ogw'eggaali.

huge kinene nnyo, bwaguuga.

hum kuyimba nga toyatula bigambo,kumuumuunya.

human kya buntu, e.g. *Ahuman error:* Nsobi yabwamuntu..

bumble mwetowaze, teyeewulira.

humility bwetowaze.

hump bbango lya nte, kagulumu mu luguudo akatangira abavuga endiima.

hundred kikumi.

hunger njala, maddu, e.g.*hunger for knowledge:* amaddu g'okumanya

hungry muyala.

hunt kuyiggansolo; kuwenja.

hunter muyizzi.

hurry bwangu; kiragiro: *hurry up*: "yanguwako".

hurt kuluma; kulumya; kunyiga.

hurt bulumi.

husband musajja mufumbo ssemaka.

husk kikuta (ng'ekya kasooli); kisusunku.

hut lusiisira.

hyena mpisi.

hymn luyimba lwa ddiini.

hyphen kasittale akayunga ebigambo ebibiri.

hypocrite mukuusa.

hyrax kayozi.

Ii

ibis mpaabaana.

ice muzira mukwafu;ayisi.

idea kirowoozo, kiteeso.

ideal ekisingira ddala okuba ekituufu, ekisaanidde, e.g.*This method is ideal:* Enkola eno y'esingira ddala okuba entuufu.

identify kwanjula; kwoleka; kumanyisa.

identity bwebange; nnono; kiwandiiko ekikumanyisa; kitambuliso.

idle *mu*-gayaavu; *mu*-naanyi; alera ngalo; talina ky'akola.

idol lubaale, kyawongo; muntu gwe nneesiga ng'emmundu emmenye.

if ssinga, bwe guba gutyo.

ignorance butamanya bubuyabuya.

ignore kwesonyiwa, kufaanana nga atalabye, e.g. *Ignore that idiot:* Wesonyiwe omusiru oyo.

ill mulwadde muyi.

illness bulwadde.

illustration kya kuyigirako: Kifaananyi oba kikolwa, e.g. :*This drawing is our illustration:* Ekifananyi kino kye ky'okuyigirako kyaffe; *e.g. let the instructor make an illustration:* Leka omutendesi akolewo eky'okuyigirako.

imagination kwefananyiriza, e.g.*My imagination is very limited:* Okwefananyiriza kwange kutono ddala.

imagine kwefananyiriza, e.g. *can you imagine I am sacked?* Oyinza okwefananyiriza nti ngobeddwa?

imitate kugoberera, kugeegeenya, kukola nga omulala bw'akola.

immediately mbagirawo, mangu ago.

immense kingi nnyo, e.g. *The number of our unemployed youth is immense:* Omuwendo gw'abavubuka abatalina mirimu munene nnyo.

Impatient talina bugumikiriza, e.g. *The choir master is*

impatient : Omuyimbisa talina bugumikiriza.

importance bukulu (bwa kintu oba nsonga); mugaso, muganyulo, nsa.

important wa mugaso.

impossible tekisoboka, tekiyinzika.

imprision kusiba muntu mu kkomera.

Improve kulongoosa, e.g. *She has improved on her handwriting:* Alongoosezza ku mpaandiika ye; kukuba ku matu; *the patient is improving:* Omulwadde agenda alongooka; kusitula mutindo, e.g. *We strive to improve our living conditions:* tufuba okusitula omutindo gw'embeera zaffe.

improvement enkyuukakyuuka ennungi.

impurity bukyaafu, mu mpewo, mu mpisa,n'ebirala.

in mu, munda.

increase kweyongera; kwaala.

incentive ebisikiriza abakozi.

inch katundu akenkana ekiseera ky'engalo.

include kuyingiza; kuzingira, kutwalira, e.g. *Those to be taxed include the poor and the elderly:* Okuwa omusolo kuzingiramu/kutwaliraamu, abaavu n'abakadde.

indeed ddaladdala, nnyo, wewaawo.

independence meefuga, kwetwala, kwemalirira.

India Buyindi.

indifferent ateefiirayo; tabiriiko.

indigestion mpiiyi, mbubu; kugulumba lubuto.

industrial kya makolero.

industrious munyiikivu; mukozi nnyo.

industry mulimu ogukolebwa ebyuma; mulimu ogulimu ebitongole ebingi.

infant mwana muwere.

infatuation kwegomba, mukwano gwa kiyita. muluggya, gwa mabbabbanyi.

infect kusiiga bulwadde.

influence buyinza; maanyi; busobozi.

influence kukyuusa ndowooza za muntu.

influenza ssenyiga, flu, ssesseeba yegu.

inform kutegeeza; kuloopa, kubuulira.

information mawulire; lugambo; bigambo.

inhabit kusenga, kusula kuyingira.

inhabitant munnansi, bantu abasangibwa.

inherit kusikira, kusika, kuddira mu bigere.

inheritance eby'obusika.

iniquity byoonoono, bibi; kazambi.

injection mpiso ya ddagala, kikato.

injure kulumya, kutemula.

injury butemu, kulumizibwa.

ink bwino.

inn mugiini, woteeri.

innocent atalina musango.

insanity bulwadde bwa mutwe, ddalu; kazoole; kalogojjo.

inscription kiwandiiko ekyoole mu jjinja oba mu kyuuma.

insect kiwuka.

insert kuyingiza, kussaamu.

inside munda; mu.

insist kusimba nnakakongo, kulumiriza, kulemerako.

insolent munyoomi, talina mpisa, wa bboggo.

inspect kukebera, kwekenneenya.

inspector akebera, mulambuzi wa masomero, mukebezi wa tikiti.

instant mangu ago.

instantly mangu ago.

instead of mu kifo kya.

instructions ndagiriro.

instructor mutendesi.

insult kivumo.

Iinsult kuvuma, kukiina.

insurance insuwa, musingo.

intelligence magezi, kitongole ekikessi.

intelligent mugezi, ategeera. mangu, mukujjukujju.

intend kugenderera, kuluubirira.

intention kigendererwa, kiluubirirwa.

interest kwagala, kusanyukira; magoba ga banka.

interesting kisanyusa.
interfere kweyingiza (mu nsonga).
international ekyensi yonna.
interpet kuvvuunula; kutaputa; kutegeera.
interpreter muvvuunuzi, mutaputa.
interrogate kubuuliriza kwa poliisi.
interrupt kusala kirimi, kulya kimuli, kutaataaganya.
interval bbanga lya kuwummulamu.
intestines byenda.
into mu.
intoxicant mwenge, kitamiiza.
introduce kwanjulira.
introduction kwanjula; ennyanjula (mu kitabo)
invade kulumbagana, kulumba.
invalid mulwadde; mugangatika; tekikola; kya kikwangala.

kisassalala; *invalid driving permit:* layisinsi ya kikwangala.
invention kiyiiye; kivumbuddwa.
Investigate kubuuliriza.
invite kuyita *(bantu ku mukolo.)*
inward munda, mu mmeeme.
iron kugolola.
Iron kyuma.
irritate kunyiiza, kunakuwaza.
island kizinga.
isolate kwawukanya, kuteeka wala.
issue nsonga, kufulumya.
it kyo.
item mutemwa.
its kyakyo.
itself kyo kyennyini.
ivory ssanga.
ivy lubowabowa olulandira ku bisenge by'ebizimbe eby'edda.

Jj

jackal ggunju.
January Janwali, gatonnya.
jar jjaaji, nsumbi.
jaundice nkaka.
jaw uba.
jealous wa buggya; wa bbuba, wa mpiiga, ffutwa, ffubitizi
jealousy buggya, bbuba, ffutwa, ffubitizi, mpiiga.
jerk kwesisiwala
jest kusaagasaaga
Jesus Yeezu, Yesu, Issa Massia.
Jew Muyudaaya; Muyawudi.

jewel kya kwewunda; jjinja lya muwendo.
Jewish kya Kiyudaaya; Kiyawudi.
jigger nvunza.
job mulimu.
join kugatta, kuyunga.
joint kigatte, kya wamu.
joke kusaaga, lusaago.
journey lugendo.
joy ssanyu.
judge mulamuzi.
judge kulamula, kusala musango; kusalawo.

judgement nnamula; nsala ya musango

jug nsumbi, jaagi, kyanzi.

jugular musuwa omunene mu bulago.

juice mubisi.

July Kasambula Julaayi; mwezi gwa musanvu.

jump kubuuka macco.

junction masaŋŋanzira

June Ssebaaseka, Jjuuni; mwezi gwa musanvu.

jungle ttale, nsiko, lukoola, lusaka, lukande.

just kyokka, kokka.

just mwesigwa, mwenkanya; kituufu; kya bwenkanya.

Justice bwenkanya, mateeka n'ebiragiro

justify kuleeta nsonga,

K k

kaleidoscope galubindi erabisa amajjolobera.

keen afaayo; ajjumbira; kyogi.

keep kukuuma, kutereka; kugondera mateeka.

kestrel magga.

kettle bbinika.

key kiumuluzo.

kick kusamba.

kid (lumerika) kulimba; kudyekadyeka.

kid kabuzi kato; mwana.

kidney nsigo (mu mubiri).

kill kutta, kutemula,kumaliriza lugero olusonge oba ekikocho;

kiln kyokero; ttanuulu.

kind wa kisa.

kind ngeri, kika, lulyo.

kindness kisa; buntubulamu.

king kabaka.

kingdom bwakabaka.

kingfisher kasumagizi.

kiss kugwa mu kifuba, kunywegera.

kitchen ffumbiro.

kite kayiti, kya kuzannyisa kya baana.

kitten kkapa nto.

kleptomania kyoyerezi kya bubbi; ndwadde ya bubbi.

knee vviivi.

kneel kufukamira; kukuba mavi.

knickers mpale (ya mukazi) ya munda.

knife kambe.

knit kuluka sweeta

knock kukoona, kukonkona.

knot kufundikkira; kutippa; kifundikwa.

know kumanya.

Knowledge magezi, bumanyirivu

kob kikongoliro; nsunu;kika kya ngabi.

kraal kiraalo, lugo lwa nte.

kwashiorkor bwoosi.

L l

laboratory kkeberero; ggerezo; kifo omwekkaaninyizibwa ebya ssaayansi.

label kutuuma; linnya; kabonero; kalagirizi.

labial kya mimwa.

labour kitongole kya bakozi, kukola na maanyi; kulumwa mu kuzaala.

labyrinth kakunizo ka bukubo obubuzaabuza; nnamulanda wa mikwesese.

lack kubulwa, kwedaaga; bbula; kkekwa; bubulwa.

lad mulenzi; muvubuka.

ladder ddaala.

ladle lwendo, kawujjo; kijiiko ekinene.

lady mukyala; mukazi-mukyala.

lake nyanja,

lamb kaliga kato.

lame mulema.

lamp taala.

land ttaka.

landlord nnyini ttaka.

landslide mukulugguko gwa ttaka.

language lulimi (olwogerwa).

languid mukoowu, muyongobevu, mumenyefumenyefu.

languish kubonaabona, kulumwa.

lantern ttaala, na ddala eyoomukono.

laugh kuseka.

laughter nseko.

law tteeka.

lawyer munnamateeka.

lay kugalamira, kugalamiza.

laziness bugayaavu.

lazy munafu.

lead kukulembera.

lead ssasi, (erikola ekkalaamu enkalu.

leader mukulembeze.

leaf kikoola; lupapula mu kitabo.

leak kutonnya; kyaama kusomolwa.

lean kwesigama, muntu mutono, ennyama enkapa.

leap-year mwaka ogulimu febwali ey'ennaku abiri mu omwenda.

learn kuyiga

learner muyiga, muyizi.

least asembayo obutono, obuto

leather ddiba.

leave kuva, kusiibula, kugenda.

leave luwummula, ggandaalo.

leaven kuzimbulukusa; kizimbulukusa.

left kkono; alekeddwa.

leg kugulu, luzannya.

legacy kiraamo.

lemon nniimu, nnimaawa.

lend kwazzika, kuwola.

length buwanvu.

lengthen kuwanvuya.

lent kisiibo, karema.

lentils mpokya, kifudu.

leopard ngo, nnamungalu.

leper mugenge.

leprosy kigenge, ndwadde ya bigenge.

less kikendedde, toolako.

lessen kukendeeza.

lesson ssomo, kyakuyiga.

let kupangisa, kukkiriza (kuwa lukusa).

letter bbaluwa, nnyukuta.

level mutindo, daala; mwaliiro.

liberty ddembe.

library tterekero/ggwanika lya bitabo.

lick kukomba, kunuuna

lid kibikkako.

lie kugalamira; kwebaka wansi.

lie kulimba; kudyekadyeka.

lie kirimbo; bulimba.

life bulamu.

lift kusitula; kyuma ekisitula: lifuti.

light kitangaala.

light kukoleeza.

light kiwewufu.

lighten kuwewula; kukoleeza

lightning laddu, ggulu(erigwa wakati mu kumyansa n'okubwatuka).

like kifaanana; nga.

like kwagala.

likely kyandiba, kiyinzika.

lily kimuli kya liili.

limb lubiriizi; kitundu kya mubiri.

limit kkomo.

limp kuwenyera.

line layini, musittale, buyumba bw'abakozi, e.g. aba poliisi, leerwe, n'ebirala.

linen lugoye olugonvu, kagoye akasooka ku mubiri.

lion mpologoma.

lip mumwa.

liquid kiyiikayiika.

list lukalala.

listen kuwuliriza.

literature literekya.

little katono.

live kubaawo; kuwangaala;kubeera mulamu; kusula (ku kyalo); *I live at Ggayaaza:* mbeera Ggayaaza.

liver kibumba.

living kiramu; kibeezaawo bulamu; ekigulira Magala eddiba; *she earns her living by selling plantains*: mu kutunda gonja mw'aggya ekimubeezaawo.

lizard munya; kkonkome.

load kutikka; mgugu

loaf mugaati

loan bbanja lya banka/ kampuni.

local kyakuno.

lock kkufulu.

locust nzige.

lodge loogi, mugiini, kisulo.

lodgining lisulo.

log kisiki.

lonely kiwuubaavu, kyesudde ebbanga.

long kiwanvu.

long dda.

longing kwegomba okwamaanyi.

look kutunula.

look! int..reeba! de! laba, wetegereze.

look ndabika ntunula.

loose kulagaya, malaayalaaya.

loosen kuddiriza, kuyimbula, kusumulula.

Lord mukama.

lose kufiirwa.

loss kabuti, loosi' bifu.

lost byafa.

lot kingi, looti: (lukusa lwa gavumenti okugula ebintu ebikozeeko).

lots bingi.

loud *ki*-rekaana; (ddoboozi) *lya* mwanguka.

loudly mu ngeri ya kuleekaana.

louse kwegayaaza, kuwuubaala.

love kwagala; kubiita; kulyowa.

love mukwano; kwagala.

low *kya* wansi; wansi.

lower wansiko.

loyal mwesigwa.

luck mukisa

luggage migugu; ngagala; bitereke.

lump kitole.

lumpen muwejjere; mpongabyoya; *lumpen proletariat*: baavu lunkumpe.

lunatic mulalu; muzoole; mugwi wa ddalu.

lunch kyamisana.

lung gguggwe (mawuggwe).

lungfish mmamba.

lust maddu amabi;bukaba.

lyre ntongooli; ndongo.

Mm

macabre kya ntiisa; kyekuusa ku kufa oba magombe.

macadam kkoolaasi, kkoloto.

mace muggo ogwoleesa ekitiibwa oba obuyinza; ddamula.

machine kyuma; masiini.

mackintosh--mupiira gwa nkuba

mad *mu*-lalu; muzoole; mulwadde wa bwongo.

madness ddalu; kalogojjo; kazoole.

magic ddogo; bulogo; kisamaaliriza.

magician mulogo; mufuusa.

magnifying-glass--galubindi ezimbulukusa.

maid muwala; mbeerera; mukozi wa mu nnyumba; mperekeze ku mbaga.

mail bbaluwa.

main kikulu, kinene, ekisinga ebirala.

mainly okusinga.

maize kasooli.

majesty kitiibwa.

make kukola.

malaria musujja.

male kisajja.

malice ffutwa.

man musajja.

manage kusobola, kuddukanya.

manage kuddukanya.

mane kiviiri kya mpologoma.
mangle kugajambula;
kuyuzaayuza.
mango muyembe.
mankind luse lw'abantu.
manna mugaati oguva mu ggulu
manner ngeri.
manners mpisa, nneyisa.
manufacture kukola (eby'omu
makolero).
manure bigimusa ttaka.
many bingi.
map maapu, kifaananyi kya
ndagiriro.
march kukumba.
March mwezi gwa kusatu,
mugulansigo.
mark kulamba, kujjukira.
mark kukebera bibuuzo.
market katale, kutunda bya
maguzi.
marriage bufumbo; maka.
marrow busomyo.
marry kuwasa, kufumbirwa.
marsh lusaalu, kisenyi.
martyr mujulizi.
marvelous kyewunyisa, kirungi
nnyo, kisamaaliiriza.
mash kusotta, kunyiga mmere.
mass missa, kitambiro.
massage masaagi, kwejjanjaba.
mast mulongooti.
master musomesa, mukulu,
mwami.
mat mukeeka.
match mpaka za mupiira.
matches bwa kibiriiti.
material lugoye, kintu.

maternity ward mateneti,
ddwaliro ly'abazadde.
matter nsonga, ogubadde.
matter kubeera kya mugaso.
mattress mufaliso.
May mwezi gwa kutaano: muzigo
may kisoboka.
me nze.
meal kibu, mmere.
mean mukodo.
mean mu budde bwe bumu.
meaning kitegeeza.
means busobozi.
measles bulwadde bwa
mulangira, lukusense.
measure kupima.
measurement kipimo.
meat nnyama.
mechanic makanika, mufundi.
mechanical kya byamakanika.
mediator mutabaganya.
medical bya kisawo.
medicine ddagala.
meditate kwebulirira.
medium mukutu.
meek wa ddembe,
mukkakkamu.
meet kusisinkana, kusanga.
meeting lukiiko.
melt kusaanuuka (kwa muzigo
n'ebirala).
member memba, munnakibiina.
memorial kijjukizo.
memory bujjukizi.
mend kuddabiriza.
mental kya mu mutwe.
mention kwogerako, kusiinya.
merchant--musuubuzi

mercy kisa.

merry musanyufu, eky'essanyu.

message bubaka.

messenger mubaka.

method nkola.

microscope galubindi ezimbukusa.

middle wakati.

midwife musawo muzaalisa.

might kyandiba.

mild kisaamusaamu.

mile mailo.

milk mata.

milk kukama nte.

milkpot kalobo ka mata.

mill lubengo.

millstone kikondo kya mailo.

mind bwongo, magezi.

mind *n.* omutima; (change one's mind) mutwe, kumanya, magezi, ndowooza.

mine kirombe.

miner munnabirombe kayiikuuzi.

minister minisita.

minute ddakiika; ekyaateesebwa.

miracle kyamagero.

mirror ndabirwamu.

Miscarriage kusowola.

miser mukoso nnyo.

miserable talina ssanyu.

misery buyinike.

misfortune kisisraani, mukisa mubi.

miss muwala atannafumbirwa.

mission butume, kiluubirirwa.

missionary muminsane, mutume.

mist lufu.

mistake nsobi.

mistress musomesa; mukyala; muganzi wa musajja.

misunderstand kulemwa kutegeera; kuwubwa; butategeera; butategeraagana

mix kutabula.

mixture kitabule.

mock kukiina, kkukudaala.

model--mulazi wa misono, kya kulabirako; nkola (*ya motoka, ssimu n'ebirala*).

moderate kulunŋŋamya.

modern kya mulembe.

modest kya bwegenderereza, bukekkereza.

moment ddakiika.

Monday lwa bbalaza, lwa kusooka.

money nsimbi sente

mongoose kakolwa.

monkey nkima.

month mwezi (*ennaku asatu*).

monthly bya mwezi-mwezi.

moon mwezi (*gwa ku ggulu*).

moonlight kwa mwezi.

moral mpisa nnungi.

more nnyongeza.

moreover era.

morning nkya (*ekitundu ekisooka eky'olunaku*).

mortality kufiisa (*bantu*).

mortar buganga

Mosque Muzikiti.

mosquito nsiri

moss muddo.

most abasinga obungi.

mother nnyina (w'omuntu); muzadde omukazi; maama.

mother-in-law nyazaala, mukadde azaala omukyala.

motion kuva mu kifo.

motor mota, byuma bya masannyalaze oba yingini.

motor-cycle ppikipiki.

mould kubumba; lutiba; bukuku.

mount kulinnya; kwebagala; kuweesa; lusozi; *Mount Elgon*: Olusozi Masaaba.

mountain lusozi.

mourn kukungubaga.

mourning kukungubaga.

mouse mmese, kyuma kya compyuta.

moustache kasulubu; buswiriri.

mouth mumwa, kamwa.

move kutambula, kuva mu kifo.

movement ntambula, nkyukakyuuka.

much nnyo, kingi.

mud bitoomi, budongo.

muddle kudibaga, kudobonkanya.

mudguard kipampagalu, mandigaadi.

mug gama, kikopo kya kyuma.

mulberry nkenene.

mule nyumbu.

multiply kwaala, kweyongera bungi, kukubaganya, kukubisa.

mumps mambulugga, matama

murder kutemula, ttemu, butemu.

muscle binywa, maanyi.

mushroom katiko.

music nyimba, myusiki.

Muslim Musilaamu.

muslin lugoye olwa ssema

must kuteekwa.

mustard kalidaali, muti munene naye gwa kasigo katono.

mutton nnyama ya ndiga.

my kyange.

myself nze nzennyini.

mystery kya magero, kyewunyisa, ekitategerekeka.

N n

nab kukwata (muzzi wa misango); kugombamu bwala.

nail musumaali, lwala.

naked bukunya, bute, bwereere.

name linnya.

name kutuuma linnya, kwogera mannya.

nape nsingo, nsikya.

narrow kifunda.

narrowness bufunda.

nasal kya mu nnyindo.

nasty kinyiiza.

nation nsi, ggwanga.

national munnansi.

native munnansi, mutuuze.

natural kya buttoned.

naturally mu ngeri ya buttoned.

nature buttoned.

navy mpingu, ggye lya ku mazzi.

near kumpi.

nearly kumpi.

neat muyonjo.

neatness buyonjo.

necessary kyetaagisa.

neck nsingo.

necklace kya mu bulago, kakuufu.

need kwetaaga.

need bwetaavu, bbula.

needle mpiso.

neglect kusuulilira.

neighbour mulirraano, muliraanwa.

neighbourhood ku muliraano.

neither wadde, mpaawo.

nephew mutabani.

nerve kasimu.

nervous atidde.

nest kisu, kiyumba kya nnyonyi.

net katimba, butakka wansi wa.

never tekiribaawo.

nevertheless wadde kiri bwekityo.

new kiggya.

news mawulire.

newspaper lupapula lwa mawulire.

next ekirala, omulala, ekiddako.

nib kafumu.

nice kirungi, kisanyusa.

nickname linnya lya kusaaga.

nicotine butwa bwa sigara.

niece muwala.

night kiro.

nile mugga kiyira.

nine mwenda.

nineteen kumi na mwenda.

ninety kyenda.

no nedda; tiwali, tewali.

noble mulangira; mwanawaboobo.

nobody tewali muntu, omwavu

nod kunyeenya mutwe nga okkiriza.

noise kulekaana, mbeekuulo.

none tewali muntu.

nonsense temuli nsa, bya njwanjwa.

noon ttuntu.

nor wadde.

north mambuka, bukiika kkono.

nose nyindo.

not nedda.

note kiwandiiko.

nothing tewali kantu.

notice kulabula, kirango.

notice kulaba, kuketta, kukenga.

notify kutegeeza.

November novemba, museenene.

now kati, ssaawa eno.

nowadays nnaku zino, nsangi zino.

nowhere teri lugendo.

nuisance kyambika, nkabassanya.

number muwendo, namba.

numerous bingi.

nun munaddiini mukazi, mubiikira, sisista.

nurse nansi, musawo.

nurse kujjanjaba, kulabirira.
nut kinyeebwa.

nylon lugoye lwa kapiira;
nnayiloni.

Oo

oaf musiru, mubuyabuya;
mbwege.
oak muti binywera (gulinga
muvule).
oar nkasi.
oath kirayiro.
obedience buwulize.
obedient muwulize.
obey kuwulira.
object kintu.
observation kulaba.
observe wetegereze, ketta, laba.
obstacle musanvu, kiremya.
obstinacy mawaggali, mputtu,
mpaka.
obstinate wa mpaka, mputtu.
obstruct kulemesa, kwekiika mu
kkubo.
obtain kufuna.
obtrusive kyetulinkiriza;
kyeragalaga.
obvious kitegeerekeka;
kitangaavu; kyeraga kyokka.
occasion mukolo.
occasional kya luusi n'oluusi.
occasionally oluusi n'oluusi.
occupation mulimu, kumaamira.
occupy kusenga, kuyingira
nnyumba.
ocean liyanja; ssemayanja.
October Mukuluggusa-
bitungotungo; Okitobba;
mwezi gwa kkumi.

odd kyencena; kijjo; ssi kya
bulijjo; (muwendo) gwa
nsuusuuba.
odour lusu lubi.
of ekya.
off bbali, bweru, wala.
offence kivumo, kinyiizo.
offend kunyiiza, kuvuma.
offer kutambira.
offering kitambiro, saddaaka.
office wofeesi.
officer wofisa, mukungu.
official kya mulimu, kitongole.
offspring mutabani, mwana.
often mirundi mingi.
oh! o!
oil butto.
oil mafuta, woyiro.
ointment muzigo, ddagala.
old kikadde, mukadde.
olive woliva.
omit buukawo.
on ku kungulu.
once mulundi gumu, lumu.
one emu.
oneness bwa nnamunigina.
oneness bumu.
onion katungulu.
only kyokka, yekka.
open kuggulawo.
open atalina bukuusa.
opening omwaganya.
openly lubona, lwatu
operate kuddukanya.

operation kikwekweto, kulongoosa mulwadde.
opinion kirowoozo, ndowooza.
opium njaaye.
opportunity mukisa, mwaganya.
oppose kuwakanya, kuyeekera, kulemesa.
oppose kusimba kkuuli.
opposite okwolekera, mumaaso ga.
or oba.
orange muchungwa.
orchard musiri gwa bibala.
orchid kimuli kisimbulize mu nsiko.
order kiragiro.
order ntegeka, buyonjo.
ordinary kya bulijjo.
ore mataale, mayinja agavaamu ekyuma.
organ nnanga, kitongole.
organisation kitongole
organise kutegeka.
origin nsibuko, nnono.
orignate kusibuka, kuva.
ornament matiibona, byakwewunda.
orphan nfuuzi mulekwa.
ostrich maaya.
other kirala, mulala.

otherwise bwekitaba ekyo.
otter ŋŋonge.
ought kiteekwa.
ounce awunzi, kipimo ekitono ennyo.
our kyaffe.
out bweru.
outbreak kubaslukawo kwa.
output ebiva mu mulimu.
outstanding kisooloobye.
outward nga kidda bweru.
oven oveni, sanduuku efumba emigaati.
over waggulu.
overcome kuwangula.
overflow kwanjaala.
overlap kukwatagana, kwegotteka.
overlook kuttira ku liiso.
overseas bunaayira.
overtake kuyisa.
overthrow kuvuunula, kujjako mukulembeze.
overturn kwevuunika, kugwa (e.g. kabenje ka kidduka).
owe kubanjibwa.
owl kiwuugulu.
own kubeera na bwannannyini
own bwoya;(kikye) ku bubwe.
owner nannyini; nnyini (kintu).
ox nte erima; ndaawo.

P p

pace kutambula, kusimbula kigere; luta lwa kigere, mbiro.
pacify kuzzaawo mirembe; kutabaganya.

package kitereke, kateretebbwa, mugugu.
packet katereke, ttu, lusogo.
pack kusiba ngugu.

paddle kuvuga lyato, kukuba nkasi, kuwungula.

paddle nkasi.

padlock kkuufulu.

pad nkata.

pagan mukaafiiri.

page lupapula mu kitabo.

pail kalobo.

pain bulumi.

painter musiizi wa langi.

paint kusiiga langi.

paint langi.

pair mugogo, kinnababirye.

palace Lubiri.

pale kisiiwuufu.

palin kya bulijjo, tekirina majjolobera.

palm kibatu.

palyer muzannyi.

park nnimiro ya bimuli, kibangirizi awasimba motoka, kifo awakuumirwa ebisolo eby'omunsiko, kusimba motoka, kugumba.

parrot nkusu.

particularly n'okusingira ddala.

partidge nkwale

partition kulyebula, kusalasala.

part kitundu.

partly kitundu.

party kabaga.

party kibiina kya bya bufuzi.

passage--kkubo, luwenda, kisinde, kitundu mu byawandiikibwa.

Passenger musaabaze.

passion-fruit katunda.

pass kuyita, lukusa luwandiike.

passover Pasika

paste nvumbo, ddagala lya mannyo.

past kuyitawo.

Past kyayita, kyadda.

Pastorate busumba.

Pastor Musumba.

pasture ddundiro.

patch kiraka.

Path kkubo.

patience bugumiikiriza.

patient mugumiikiriza.

patient mulwadde.

patriotic ayagala nnyo eggwanga.

pattern ntegeka, musekese.

pause kiwummulo.

pause kuwummuzaamu, kusirikiriza.

paw kiganja.

paw-paw ppaapaali.

pay kusasula.

payment ensasula.

peace ddembe.

peaceful wa ddembe.

pea kawo, nkoolimbo.

peak ntikko.

peanut binyeebwa.

pearl jjinja lya muwendo.

peck kubojja kwa kinyonyi.

peculiar ssi kya bulijjo.

pedestrain wa bigere.

peel kuwaata.

peep kulingiza.

peg nkondo.

pelican kinyonyi.

Pencil kalaamu nkalu.

penetrate kuyingira, kusensera.

penholder kakwata ekkalaamu.

penitence kwejjusa.

pen kalaamu.

people bantu, ggwanga.

pepper kaamulali.

perch kukka wansi okw'ekinyonyi.

perfectly ektaliiko kamogo.

perfect tekiriimu nsobi, kituufu ddala.

performance mizannyo, nnyimba ebya steegi.

perform kukola mizannyo

perfume kawoowo.

perhaps mpozzi.

period biseera ebigere.

permanent kya lubeerera.

permission lukusa.

permit bbaluwa ekkirizaomuntu, e.g. okutambuza eby'amaguzi.

permit kuwa lukusa.

persecute kuyigganya, kutulugunya.

persecution kiyiganyizo, kiwendo.

personal kya bwannannyini.

person muntu.

perspiration ntuuyo

perspire kutuuyana.

persuade kumatiza

pestle musekuzo

pet kiyengo, kisolo kya waka

petrol mafuta ga motoka, peteroli.

petticoat kikumpulira, kagoye ka munda

pharisee mufalisayo.

phenomenon kiriwo.

photograph kifaananyi.

piano piyano.

pickaxe nsuuluulu.

pick kulonda.

picture kifananyi.

piece kitundu.

pig mbizzi, mberege.

pigeon njiibwa.

pile kutuuma.

pile ntuumu.

pilgrim mulamazi, mutambuze.

pilot muvuzi wa nnyonyi.

pillar mpagi.

pill kkerenda, mpeke, ddagala.

pillow kafaliso, kya kwezizika, pilo.

pimple mbalabe.

pincers ntoozo, byuma bya musawo.

pinch kubba, kipimo.

pineapple nanansi.

pink langi eya pinka.

pin pini.

pint painta, nga ey'amata.

pipe mudumu.

pistol kamundu, bassitola.

pith mutima gwa muti.

pit kinnya, bunnya.

place kifo, wantu.

plague kawumpuli, ndwadde enkakali.

plainly kaati, mazima.

plain museetwe, mutendera.

plane nyonyi .

plank lubaawo.

plan ntegeka.

163

plant kimera, mmere, kimuli.

plant kusiga, kusimba.

plantain kitooke.

plantation lusuku.

plaster plasita akubwa ku bisenge, plasita akozebwa mu kuyunga abamenyese.

plateau mutendera, museetwe.

plate ssowaani.

playground kisaawe. Awazannyirwa.

play kuzannya.

pleader awolereza, looya.

plead kuwoza, kuwolereza.

pleasant kisanyusa, asanyusa, akolaaganika naye.

please kusanyusa.

please mwattu, wattu.

pleasure masanyu.

plenty kingi, ndulundu, ttomooni.

pleurisy bulwadde bwa mawuggwe, luyiro.

pliers magalo.

plot lukwe, kukola lukwe.

plough nkumbi ya tractor, yante, kulimisa nte, tractor.

pluck kunoga, kusikambula, kukuula, e.g. mukonzikonzi.

plunder kunyagulula, kunyaga, kubba.

plunge kwebbika,

plural mu bungi.

pneumonia lubyamira, ndwadde za mawuggwe.

pocket nsawo ya lugoye olwambalwa, nsawo etereka sente.

poem kitontome.

poet omutontomi.

poetry essomo erisomesa abatontomi.

pointed ksongovu.

pointer ndagiriro, akalagirira.

point kusonga lugalo.

point nsonga ya maanyi.

poison butwa, mimbiri, knywe okawulire

pole mpagi ezimba ennyumba.

policeman muserikale wa poliisi.

police poliisi.

polish ddagala eriyonja, e.g. engatto, sementi wansi mu nnyumba.

polish muzungu mupolanda.

polite wa mpisa, wa mpisa nnungi, muntu mulamu, mukwata mpola.

political kya byabufuzi.

politics byabufuzi.

pomegranate nkomamawanga.

pomp kitiibwa; kinyumu.

pompous mweraziirazi; wa malala.

pond kidiba, kitaba e.g. (*fish pond: kidiba kya byannyanja*).

pool kidiba kinene kya kuwugiramu.

poor mwaavu, munkuseere, munaku.

Pope Ppaapa; Ssenkulu w'Abakatoliki; Musumba w'e Roma.

popular amanyiddwa, ayagalibwa.

population bantu mu bungi bwabwe.

porcupine namunnungu.
porridge buugi.
potsherd luggyo.
porter mukozi, musituzi wa migugu, mupakasi.
porter mupakasi, musituzi wa migugu.
portion kitundu.
port mwalo, amaato we gagobera.
possession bya bugagga, bya munju.
possess kubeera na bintu.
possible kisoboka.
possibly kisoboka.
postapone kwongerayo mu maaso.
postcard postkaadi.
post kifo, kya mulimu.
post kikondo.
postman matalisi, atambuza ebbaluwa.
post-office posita.
potato lumonde, kammonde kazungu, munnanga.
pot nsuwa, nsaka, ntamu.
potter mubumbi, mujoona.
pottery magezi ga kubumba nsuwa, nsumbi n'ebirala.
pound kusekula.
pound latiri, pawunda ya bungereza.
pour kuyiwa.
poverty bwavu, buyinike, buyingirwa.
powder buwunga.
power buyinza.
powerful wa buyinza.

practical bya kuyiiya, magezi mazaale.
practically kumpi, mu ngeri ya kukozesa mikono, ssi bitabo.
practice kikolwa kya kwegezaamu.
practise kwegezaamu, kwemanyiiza.
praise kutendereza.
praise ttendo.
prayer saala.
pray kusaba.
preacher mubuulizi wa njiri.
preach kubuulira njiri.
precious kya muwendo munene.
preface bugambo obusooka mu kitabo.
prefer kulondako ky'osinga okwagala.
pregnant wa lubuto.
prejudice kwekengeera, buteesiga.
preparation kuteekateeka, kutegeka.
prepare kuteekateeka.
prescription bbaluwa eraga eddagala eryeetagisa.
presence kubaawo.
present kirabo.
present kwanjulira, kwanjula.
present waali, wendi, wekiri.
preserve kukuuma, kulabirira.
president mukulu wa ggwanga oba ekitongole ekinene.
press kitongole kya by'amawulire.
press kunyiga, kusogola mubisi,
pressure bulwadde bwa pulesa.

presumption ntebereza, kusuubira.

pretend kwefuula ky'otali, kubuzaabuza.

pretty mulungi,asanyusa, nnyo e.g. (*it is pretty far:* wala nnyo)

prevent kugema, kutanira, kukugira.

prey kuyigganya, oyo ayigganyizibwa, e.g. *Easy prey to cheap politicians:* Bangu ba kugwa mu butego bwa bannabyabufuzi abatalina buvunanyizibwa..

price muwendo ogugula ekintu.

prick kufumita.

pride malala, kwekuluntaza.

priesthood bwa kabona.

priest munnaddiini, faza,kabona.

Prime Minister Katikkiro.

prince mulangira, mwana wa kabaka, mwana wa ŋŋoma.

princess mubejja, mwana wa kabaka, mwana wa ŋŋoma.

principal ekitundu ekinene.

principal ssenkulu wa ssomero.

principe nkola, tteeka.

printkufulumya mu kyapa.

prisoner musibe.

prison kkomera, kabula muliro, mbuzi ekogga.

private kikusike,kya kyaama, kya bwannanyini.

privately mu kyaama, mu mpola.

privilege bya nkizo; bya bwanabwaboowo.

prize kirabo, ngule, kitiibwa.

probably oba oli awo.

problem kizibu, mutawaana, kibuuzo.

procedure nkola, mitendera.

procession lunyiriri, kukumba.

proclamation kulangirira, kutongoza.

produce kuzaala, kuvaamu magota, dirime.

production mugaso, bibala, magoba, ntuuyo za mukozi.

product muwendo oguva mu kukubaganya, kya maguzi, kya mugaso ekikoleddwa abantu, naddala mu kkolero.

profession mulimu ogw'ekikugu.

profess kwatula, kulangirira.

profitable kivaamu amagoba,kya mugaso.

profit magoba mu busuubuzi, mugaso.

programme ntegeka ya mulimu ya mukolo, nkola, mulimu.

progress kugenda mu maaso, nkulakulana, kutambula, kusenvula.

promise kusuubiza.

prompt kujjukiza, kusindika, amangu ddala.

promptly mangu, kukuma biseera, kwanguya.

pronounce kwatula, kwogera.

Pronunciation njatula, njogera, ddoboozi.

proof bukakafu, bujulizi.

proper kituufu, kiruŋŋamu,kya mazima.

properly bulungi, butuukamu, butuufu.

property bya nfuna, bya bugagga, naddala amayumba n'ettaka.

prophecy obunabbi, ebyalangwa.

prophesy kuwa bwa nabbi, kulanga oba kulagula ebiri mu maaso.

prophetess mulaguzi mukyala.

prophet mulaguzi, mulanzi, kaliisoliiso, liiso lya mukulu.

proposal kiteeso, kusaba bufumbo, ntegeka ya mulimu nga tegunnatandika kukolebwa, kiwandiiko kya insuwa.

propose kuleeta kiteeso; kusaba bufumbo; kwogereza.

prosecute kuwaabira; kuwozesa; kukuba mu mbuga.

prosecutor muwaabi wa gavumenti.

protection bukuumi, bulabirizi

protect kutaasa; kukugira; kutangira kukuuma.

protectorate eggwanga eriri mu bukuumi.

protest kuwakanya.

proud kwewulira, kuba na ssanyu lya buwanguzi, kwenyumiriza.

prove kuleeta bukakafu, kutangaaza, kumatiza.

proverb lugero lusonge, kulabula, kubuuliirira.

provide kugaba, kuwa, kuleeta, kukkiriza.

province kitundu kya nsi, naddala mu by'obufuzi.

prow kibatu kya nsolo.

prune kusalira, kukomola, kuyonja.

pry kulingiriza; kubega.

Psalm Zabuli, saala, kusaba kwa Bakulisitaayo nabakatuliki.

public kya bonna, kya gavumenti, kya lwatu.

publicly mu lwatu, kaati, mu lujjudde.

puddle mbwa nzungu (kabwa katono nnyo).

pulpit kituuti; kagulumu, awabeera omusomesa oba omukulu w'eddiini nga abuulira.

pulse ntunnunsi.

pullet kakoko kato.

pull kusika (e.g. omugwa).

pumpkin nsujju, kiryo, muntu mujega.

pump kiwujjo, bbomba, kyuma ky'amafuta.

pump kupika, kusunda.

punctual mukuumi wa biseera, akwata obudde.

puncture kituli mu mupiira.

punish kubonereza, kukangavvula.

punishment kibonerezo.

pupil mwana wa ssomero, kikowe.

pure kye-re; kyereere; ssi kitabuletabule; kirungi, kika.

purely mu ngeri ntuufu.

purify kulongoosa, kugogola

purpole kakobe, kizimya.

purpose kigendererwa, mulamwa.

purposely mu bugenderevu.

purse nsawo ya sente.
push kusindika, kuwagira.
put kussa, kuteeka, kuwummuza.
puzzled a-sobeddwa;a-zibuwaliddwa okutegeera.

puzzle kakunizo, kintu kizibu okutegeera.
puzzle kukweeka makulu, kulemesa, kukalubya.
pygmy mumbuti; nakalanga.
python ttimba; lubirango.

Q q

quack mulimba; mubbi; mukujjukujju; wa bulimba; "wa kicupuli"; *Quack doctors kill patients*: Abasawo ab'obulimba batta abalwadde.
quail kukankana; kujugumira.
quail nkwale.
quality mbala; ngeri (ya kintu).
quality ki-rungi; kya mutindo gwa waggulu; *we need quality education*: twetaaga eŋŋunjula ey'omulembe.
quantity bungi (bwa kintu).
quarrel kuyomba; kuneneŋŋana; kwererejja.
quarrel luyombo; nkaayana.
quarter kimu kyakuna; kisulo kya mukozi.
Queen Nnaabakyala; Kabaka mukyala.
Queen-mother Nnamasole.
Queen-sister Nnaalinnya; Lubuga.
quench kuloga nnyonta.
question kubuuza; kusoomoza; kutankana; *do not question my*

authority: totankana buyinza bwange.
Question kibuuzo.
quibble kukaayanira bitaliimu; kweyombyayombya
quick *kya*-ngu; kya mangu; kya kiggweerawo.
quicken kwanguya; kusambyako; kussa bulamu mu kintu.
quickly mangu; mbagirawo; misinde; mbiro.
quid muzingo gwa taba; (*lusaago*) paundi y'ensimbi za Bangereza.
quiet kisirifu; kisiriikirivu; kya kawolera.
quieten kusirisa; kulaaza.
quietly kasirise; kimugunyu.
quite ddala; ekimala.
quiver kukankana; kujugumira; kutiitiira.
quote kujuliza, kunokola mu biwandiiko; biwandiike.

R r

rabbit kamyu.
rabble gubinja gwa bakopi.

race lulyo, mbala (ya bantu); *the black race*: olulyo lw'abaddugavu.

168

race kudduka; kuvuganya, mpaka (ez'emisinde oba obukulembeze).

rack kibanyi, lunnyo, luwe; kasito ka kuwanikako bintu; kusikaasika.

radiant kyakaayakana; kitangaavu.

radiate kutangalijja; kubunya kitangaala oba bbugumu.

radiation kusensera kw'amaanyi agookya oba agatangaaza mu kintu.

radical kya ku nsibuko; kiva ku musingi.

radio laadiyo, leediyo.

radius lukoloboze oluva mu mmakati g'enkulungo okutuka ku mugo gwayo.

rag kiwero kikadde; lugoye lwabirivu.

rage busungu, buswandi; kutulumuka, kwejuumuula; kukunta (ng'omyaga).

raid kuzinda, kulumba; lulumba; kiwendo.

rail lubugirizo, lukomera olwekyuma; lubajjo lwa kyuma olukola oluguudo lw'eggaali y'omukka.

rain nkuba; kuyiika nga nkuba.

raise kusitula, kuwanika; kwongeza; kuzuukiza.

rake kutakula, kukulubula; kuuma akakulubula; muntu kisassalala.

rally kukuŋŋaana, kukuŋŋaanya; kuddamu oba kuzzamu maanyi;

lukuŋŋaana; mpaka (za bidduka, nga mmotoka).

ram ndiga nnume; kutomera.

ramble kulondobereza; kwerogoosola; kwenjeera.

ramify kulanda; kusuula matabi oba mirandira.

rampant kibunye wonna; kyanjadde; kyaladde.

rampart kisenge ekibugiriza ekigo; bbugwe.

ranch ddundiro ebbugirize; ssaazi.

rand nsimbi z'Afrika Eyeemaserengeta.

random kya kano na kali; kya kwandaaza.

range lukalala, luse, lunyiriri; kusengeka.

rank kugereka; ddaala; bukulu; *she is at the rank of a professor:* ali ku ddaala lya bwa kakensa.

ransack kuzinda na kunyaga.

ransom kununula; kulokola; nnunuzi.

rapacious mukwakuzi; wa mululu.

rape kuwamba (mukazi); kukaka mukazi oba muwala; kuliisa maanyi.

rapid kigenda mangu; kya mbiro; kya mbagirawo.

rapture ssanyu eriyitiridde; buwoomi obusonsomola.

rare kya bbula, kya bbalirirwe; kya mpambiiro, tikisangisangika.

rascal mukumpanya; mukuluppya; muyaaye.

rash kibutuko; bitulututtu ku mubiri; kibaluko, okug. *a rash of murders*: obutemu obwokumukumu; atalina oba ekitalina bwegendereza, kifubutukire.

rasher luwayi lwa nnyama ya mbizzi.

rat mmese; muntu luntuntu, na ddala olw'enkwe.

rate kubalirira; kuteebereza; muwendo ogubalirirwa mu kintu; musolo (ng'ogusasulwa ku ttaka).

rather (than) Waakiri, okukira, okusinga; *I would rather die than deny my faith*: waakiri nfe okusinga okwegaana enzikriza yange.

ratify kukakasa; kussa mu nkola.

ratio muwendo gwa kitundu ekigeranyizibwa ku kinnaakyo; *The teacher-pupil ratio in this school is one to forty*: Mu ssomero lino buli musomesa omu alina abayizi ana.

ration mugabo (gwa byetaago, ng'emmere); kugabanya bintu ebitonotono bisobole okubuna bonna.

rational kigoba nsonga; kituufu; kisinziira ku kwefuumitiriza.

rattle kunyeenya; kusuukunda; nsaasi, nseege.

raucous kya luyoogaano; kireekaana.

ravage kumenyaamenya, kugongobaza, kwonoona.

rave kwogera oba kweyisa nga mulalu.

raven nnamuŋŋoona.

ravenous muyala nnyó; wa maddu ekiyitiridde.

ravish kuwamba, kukaka (mukazi); kusanyusa kiyitiridde.

raw kibisi, si kifumbe, si kyengevu; kiggulu.

ray kugulu kwa njuba oba ekitangaala kyonna.

raze kubetenta, kusaanyaawo (okug. ekibuga).

razor kawembe, kamwano, ggirita.

re- akakookero kano mu maaso g'ekigambo katera okutegeeza okuddamu ekikolwa, okukikola ogwokubiri, okug. *reconstruct*: kuzimba buto, *repossess*: kweddiza kintu, *rewrite*: kuddamu kuwandiika.

reach kutuuka mu kifo oba ku kintu.

react kwejjuukiriza; kuwolesa ky'owulira oba ky'olowooza ku biriwo.

read kusoma (kiwandiiko); kuyiga, kutendekebwa.

readily butabandaala; mbagirawo.

ready mwetegefu; kiwedde okukola.

real kya mazima; kya ddala; weekiri.

realize kutegeera; kutuukiriza.

realm bwakabaka; bufuzi; ebifa ku kintu; *in the realm of economics*: ku bikwata ku by'enfuna.

reap kukungula; kufuna magoba (mu kintu).

rear mabega, nnyuma; ky'emabega, ekisembayo; kuyimusa, kusitula, kuwanika; *Rear the flag*: Kuwanika bendera.

reason nsonga; kulowooza, kwefuumitiriza, kutegeera; kuwa nsonga; kuteesa.

reassure kugumya, kuzzaamu mwoyo.

rebel mujeemu; kyewaggula.

rebel kujeema, kwewaggula, kuwaganyala.

rebound kwebuusa (ng'omupiira).

rebuff kugaana, kwetegula.

rebuke kunenya, kukangavvula.

rebuttal kigambo ekiwakanya.

recall kujjukira; kuyita mutume akomewo.

recede kuggwerera, kweyongera mabega.

receipt ekifuniddwa, kiwandiiko ekiraga ensimbi ezifuniddwa; lisiiti.

receive kufuna, kuweebwa; kwaniriza.

receiver kyuma ekikwata oba okufuna amaloboozi; mukono gwa ssimu; omuntu akola ku bya kkampuni eremeddwa okusasula amabanja.

recent kye kijje kibeewo; kya jjolyabalamu; kya jjuuzi; si kya dda.

reception ennyaniriza; kifo awatuukirwa abagenyi; kijjulo oba mbaga ya byakunywa entongole.

recipient muweebwa; afuna ekiweebwa; mutonerwa.

reciprocal kya mpa nkuwe; kya kukoleragana kyenkanyi.

recite kutontoma; kuddiŋŋana, kulombojja.

recitation kitontome.

reckless atafaayo; kya butafaayo; kya mbyone; kya gadibengalye; kya mpamagombegazza.

reckon kubala; kubalirira; kusasula bbanja; kuteebereza.

recline kugalamira; kwewunzika wansi.

recognize kutegeera muntu oba kintu; kukkiriza nti omanyi oba omanyi ekintu.

recoil kwesisiwala kintu, kwewala.

recollect kujjukira.

recommend kusemba muntu oba kintu, kuwagira.

recompense ngassi; kuliyirira.

reconcile kuzzaawo nkolagana; kutabagana oba kutabaganya.

record kuwandiika, kukuumira mu bijjukirwa; kiwandiiko, kijjukirwa; lekodi; jjinja ng'eribaako ennyimba.

recourse kiddukiro; kyekwaso.

recover kuzuula kyali kibuze, kweddiza; kussuuka, kudda ngulu, kuwona bulwadde.

recreation kiwummulo; kwegayaaza; kwewummuzaamu, kwesanyusa.

recruit kukunga, kukuŋŋaanya (bakozi); (muserikale) muwandiike.

rectangle kibangirizi oba kifaananyi eky'enjuyi ennya nga buli njuyi ebbiri ezoolekaganye zenkana obuwanvu.

rectify kugolola bbago; kutereezaamu.

recur kubbuka; kuddamu kubaawo oba kugwawo.

red kimyufu, kya kasaayi.

redeem kulokola; kununula.

redemption bulokofu; bununuzi.

reduce kukendeera oba kukendeeza.

reed lumuli; nduli ya kimera kyonna eky'olusubisubi, okug. ekitoogo oba ekisagazi.

reef lwazi olubugiriza amazzi g'ennyanja.

reel kaziringo, kadondi (ng'aka wuzi).

refer kusiinya ku kintu; kwolekeza.

reference ekisiinya ku kirala; obusembi obuweebwa omuntu.

refine kusengejja; kuloongoosa.

reflect kwefumiitiriza, kwebuulirira; kutangalijjisa kitangaala (ng'endabirwamu).

reflex ky'okola nga tolowoozezza.

reform kulongoosa mu nkola; kutereeza.

reformation entereeza; ennongoosa y'embeera; ekiseera mu byafaayo abagoberezi ba Kristo lwe beeyawulamu Abakatoliki n'Abaprotestante.

refrain kwebeera oba kwenenya kintu; ekiddibwamu mu luyimba; ekisaakaanyizibwa.

refresh kuzzaamu maanyi; kuzza buggya.

refreshment kizzaamu amaanyi; ekyokunywa oba ekyokulya ekyangungu.

refrigerator ekyuma ekinnyogoza emmere oba ebyokunywa.

refuge kiddukiro; kyeyuniro; bubudamo.

refugee mubudami; munoonyi wa bubudamo; muddusi.

refund kuddiza muntu nsimbi z'afulumizza.

refuse bisaaniiko; bisasiro.

refuse kugaana, kuzira.

refusal eŋŋaana; kugaana.

refute kusambajja, kwolesa bukyamu.

regain kweddiza.

regard kutunuulira; ntunula; hold in high regard: kussaamu kitiibwa; *as regards this book, regarding this book, with regard to this* book, in regard to this book: ku bifa ku kitabo kino; (mu kuwandiika ebbaluwa) *With best regards*: Nkussaamu ekitiibwa, nkulowoozaako.

regenerate kuzza buto, kuddaabulula.

region kitundu kya nsi; ssaza.

register kuwandiika; kuwandiisa; kwewandiisa; kutegeera.

registrar muwandiisi; mutongole akola ku biwandiiko.

regret kujulirira, kwejjusa; kusaalirwa.

regular kya bulijjo; ekisuubirwa.

regulate kussaawo nkola egobererwa.

regulation tteeka, kiragiro ekiraga enkola.

rehearse kuddiŋŋana osobole okujjukira.

reign bwakabaka; bukulembeze; ŋŋoma.

reign kufuga;kulamula; kutuula ku nnamulondo.

reject kugaana; kusuula ttale; kugobera bweru; kwetegula.

rejoice kusanyuka; kujaganya; kusagambiza.

rejuvenate kuzza buto; kuddaabulula.

relate kugeranya; kukwataganya; kuba na kakwate; kunyumya, kulojja.

relation nkwatagana; nkolagana; keekuusa (ku kintu).

relative wa kika; waaluganda; ekyekuusa (ku kintu); ekirina akakwate.

release Kufulumya; kuta; kutaggulula.

reliable mwesigwa; kyesigika; kikkirizika.

relief buyambi; kuweeza; buweerero; mitendera gya nsozi na biwonvu.

relieve kuweeza; kuggyako, kutikkula (mugugu, buvunanyizibwa).

religion nzikiriza, ddiini, nsinza.

religious munnaddiini; ekyekuusa ku ddiini; kikwatibwa butiribiri.

rely kwesiga; kwesigama; kwesigula.

remain kusigala, kusigalira.

remainder nfissi; ekisigalawo.

remains bisigala; mulambo; mugenzi; *His remains were laid to rest in a cemetery*: Omugenzi yagalamizibwa mu limbo.

reminder kijjukiza; bbaluwa ejjukiza, kujjukiza.

remark kulaba na kutegeera; kugamba.

remarkable kitutumufu; kya njawulo.

remedy ddagala; magezi ag'okumalawo ekizibu.

remember kujjukira; kwejjukanya.

remind kujjukiza; *She reminded him to take his medicine*:

Yamujjukiza okunywa
eddagala lye.
remit kusonyiwa; kusasula;
kussaayo; kutoola.
remnant kisigalawo; bufikkira.
remorse nnaku (za kujulirira);
kinkaabirira; kwejjusa.
remote kye wala; kyesudde
ebbanga; kya dda.
remove kuggyawo; kutwala;
kusengula.
remunerate kusasula; kuwa
musaala; kuwa kasiimo.
renew kuzza buggya;
kuddabiriza.
rent kupangisa; kweyazika.
repair kuddabiriza; kulongoosa;
kukanika.
repay kusasula bbanja; kuzzayo
bye weewola; kuwoolera
ggwanga.
repeat kuddamu; kuddiŋŋana.
repent kubonerera; kwenenya;
kweddamu; kwekuba mu
mutima.
replace kuzzaawo (kirala);
kusikiza.
reply kwanukula, kuddamu;
nnyanukula, nziramu; *Why
didn't you reply to my letter?*:
Ebbaluwa yange lwaki
tiwagyanukula?
report kutuusa bubaka;
kwanjula; kuwaaba;
kiwandiiko kya bubaka;
lipooti.
represent kukiikirira; kubeera
musigire.

representative mubaka;
musigire.
reproduce kuzaala; kweyongera,
kwala; kuddiŋŋana
(kiwandiiko).
reprove kunenya; kukayukira;
kukangavvula.
republic ggwanga erya kyetwala;
nsi eterina Kabaka.
reputation linnya; ttutumu;
kitiibwa.
request kusaba; nsaba;
ekisabwa.
require kwetaaga; kusaba;
kubanja.
rescue kununula; kuwonya;
kuddukirira; kutaasa.
resemble kufaanana;
kufaanaanyiriza.
reserve kussa ku bbali;
kutereka; kukuuma.
resign kulekulira; kuggyamu
nta.
resist kuguguba, kujeemera;
kulwanyisa; kuwakanya;
kusimbira kkuuli.
resistance nguguba; kkuuli.
respect kussaamu
kitiibwa;kitiibwa (ekissibwa
mu muntu).
respect ndaba; ngeri ekintu gye
kitunuulirwamu; *with respect
to your application*: bwe
tutunuulira okusaba kwo.
responsibility buvunaanyizibwa;
buyinza; mulimu; bujjumbize.
responsible avunanyizibwa; gwe
kikwatako; mujjumbize.

rest kusigala; kuwummula; kugandaala.

rest kiwummulo; ggandaalo; ekisigadde, ebirala.

restaurant kirabo kya mmere; woteeri.

restless asagaasagana; asattira; tateredde.

restore kuzzaawo; kuzza mu nteeko; kutereeza, kuddaabiriza; *The old cathedral has been completely restored*: Lutikko enkadda bagiddaabirizza ne bagizza buggya.

restrain kugaana, kuziyiza; kulobera; kukuba ku mukono.

restrict kukugira; kussa kkomo (ku kikolwa); kunyigiriza.

result ekivaamu; ekiddirira; ekizaalwa; *The result of anger is loss:* Ekiva mu busungu kufiirwa.

resurrection kuzuukira; mazuukira; Pasaka.

retire kuwummula; kukaddiwa; kulekulira mulimu ng'okaddiye; *They retired for the night*: Ne bagenda okwebaka.

retreat kudda mabega; kusirika lwa kwebuulirira; lusirika; kafo akasiriikirivu.

return kudda; kukomawo; kuzza.

reveal kwoleka; kwanika; kukwekula; kubikkulira.

revelation kubikkulirwa; kulabisibwa; kwolesebwa.

revenge ggwanga; kiruyi; kkonda; kuwoolera ggwanga; kwesasuza.

revere kussaamu kitiibwa; kutya, kugulumiza.

reverend mwawule; mukadde wa kkanisa; wa kitiibwa.

reverse kudda nnyuma; kyennyumannyuma.

review kwekebejja kuddamu kukebera; katabo akasengejja ensonga.

revive kubbula;kuzza buggya; kuleeta maanyi maggya.

revolution nkyukakyuka ssinziggu; nkyukakyuka ya muggundu; kifuulannenge; lwebonga, lwetooloola.

revolve kwetooloola; kwebonga; *The earth revolves around the sun*: Ensi yeetooloola enjuba.

revolver kabundu kawewufu ka mu nsawo; bbaasitoola.

reward mpeera; kasiimo; kirabo kya buwanguzi.

rheumatism bulumi mu magumba ne mu nnyingo; buvune.

rhinoceros nkula; *Rhinoceroses were nearly extinct in Uganda*: Enkula kumpi zaali zisaanyeewo mu Uganda

rhyme kinogezi ky'amalobozi agafaanagana, nga mu kitontontome; kitontome ekirina amaloboozi bwe gatyo.

rhythm kyeggunda; kidigida; ntunnunsi; kutujja ng'okw'eŋŋoma.

rib lubiriizi; lukiribi.

ribbon majjolobera ga mu nviiri za mukazi; riboni.

rice muceere; mupunga.

rich mugagga; ffugge; binojjo; byankwa; kinovu; kiwoomu; kirimu bingi ebirungi;

riches bya bugagga; byakufuna

rid kuggyawo; kugobako; kweggyako; *He got rid of his useless servant*: Yeeggyako omuweereza we entagasa.

riddle kikocho; kikokko; kakwakkulizo.

ride kwebagala; kuvuga kagaali, pikipiki oba embalaasi.

ridge kasozi; kagongo, katunnumba.

rifle mmundu ey'ekigala n'omudumu omuwanvu, eyigga oba etabaala.

right ddyo; kituufu; kyennyini; *Put it right there*: Kiteeke awo wennyini.

righteous mutuufu; mutuukirivu; atya Katonda; mwesigwa.

rim lupanka; lukingizzi.

rinderpest bulwadde bwa nte, buleetebwa nkwa.

ring kwetoolooza; kukuba kidde; kukuba ssimu; mpeta.

ring kibangirizi kyetooloovu; kituuti okukubirwa ebikonde.

rinse kunyumunguza.

ripe kyengedde; kyengevu; kituuse bulungi.

rise kuyimuka; kusituka; kuzuukira.

risk kwaŋŋanga; kwevaamu; kwessa mu katyabaga; kumira mwoyo; kwewaayo.

rival mukontanyi; muvuganya.

river mugga; kisaalu; lutobazzi

road luguudo; kkubo.

roar kuwuluguma; kuwologgoma; kuwowoggana.

roast kukalirira; kwokya (nnyama, kasooli) kusiika (binyeebwa).

rob kunyaga; kunyagulula; kubba.

robber munyazi; mubbi; kkondo.

robe kkanzu; kyambalo kya mikolo (gya kanisa, kelezia, kooti).

rock kunyenya; kwesuukunda; kudigidda; kuyuuguuma.

rock lwazi; biyinjayinja; matale.

rod muggo; nkondo (naddala eyekyuma).

roll kuyiringita; kwevulunga; kuyiringisa; kukululiza mu kwogera.

roll kituttwa; kagaati akawanvuyirivu oba akeetoolovu.

Roman Mulooma; Muruumi.

Rome Kibuga Roma; Ruumi.

roof kasolya; kusereka.

room kisenge; kasenge; kifo; *There is no room for you here*: Wano tiwali kifo kyo.

root mulandira; muzi; kikolo.

rope mugwa; muguwa.

rosary ssappule; lusamba lwa mpeke; bulaadi; ssaala esomerwa ku mpeke za ssappule.

rot kuvunda; kwonooneka; kugaaya.

rotate kwebonga; kwetooloola; kukyukyusa bifo oba mririmu gy'abakozi.

rough kikalabula; kikalabufu; (muntu) mukayufu, mukopi.

round kyetoloovu, kyekulungirivu; nkulungo.

route kkubo; luguudo; muwanda; luwenda.

row luyombo; keediimo; kakyankalano; nsasagge.

row lunyiriri; mukutu; kuvuga lyato n'enkasi.

royal kya kabaka; kya balangira na bambejja; kirangira.

rub Kusiimuula; kukuuta.

rubber masanda; mupiira; kasiimuula.

rubbish bisasiro; bisaaniiko; gasiya.

rudder nkasi; kitereeza lyato.

rude atalina mpisa; mukopi; wa bboggo.

rug kiwempe ekyebyooya.

ruin kwonoona; kukotoggera; kuzikiriza.

ruins matongo; bifulukwa; muyonga.

rule kulamula, kufuga; kuwandiika misittale; tteeka.

ruler fuuti.

rumour lugambo, ŋŋambo; mpulira byogere; binsanga wano.

run kudduka; kussaako kakokola tondeka nnyuma; kumalamu musubi.

rupee lupiiya; sente za India, era nga zaakolako ne mu East Africa.

rural kya kyalo; wa maalo.

rush kuduma; kufubutuka; kwanguyirira.

rust kutalagga; butalagge.

rustle kukwakwaya; kubba nte.

rut kisinde; kikubo; musalo (gwa bisolo).

rye kimera ekirimibwa, kya mpeke ng'ennano.

S s

Sabbath ssabbaato; ssabbiiti; lunaku lwa Mukama.

sabotage kukotoggera; kudibaga; kwonoona.

saboteur mukotoggezi; mudibazi.

sabre kitala, kiso kya kulwanyisa.

sack kugoba ku mulimu; (batabaazi) kunyaga kibuga.

sack gguniya; kkutiya.

sackcloth kadeeya; kikutiya; kikalappwa.

Sacrament (ddiini) Ssaakalamentu,

ssaakalamenti; kirabo (kya
Katonda) ekitukuza.

sacred kitukuvu; kituukirivu;
kyawuliddwa Mukama.

sacrifice kitambiro; kyonziira;
make a sacrifice: kwewaayo.

sad mu-nakuwavu; mwe-
nnyamivu; munyiikaavu.

sadden kunakuwaza;
kwennyamiza; kunyiikaaza

saddle ntebe ya mwebagazi mu
matandiiko g'embalaasi.

sadness bunakuwavu;
bwennyamivu; bunyiikaavu.

safe kye-kusifu; tikiri mu kabi.

safety bwekusifu; mirembe;
kalembereza.

sag kulebera; kuyuugayuuga.

sagacious mugezi; amanyi
ebingi.

sail kusaabala mu lyato;
kuseeyeeya.

sail tanga lya lyato.

sailor mulunnyanja; mukozi wa
mu kyombo.

Saint Mutukuvu; mutuukirivu.

sake ku lwa (muntu); *He died for
my sake*: Yafa ku lwange;
yanfiirira; *Do for the sake of
doing*: Kumala gakola;
kutuusa mukolo.

salary musaala; mpeera.

sale ttunzi; butunzi.

saliva malusu; ndusu.

salt munnyu; kisula; lufufugge
lwonna olutawoomerera.

salvation kununulwa; bununuzi;
bulokofu.

same kye kimu (ng'ekirala);
kifaanana.

sample kya kuloza; kya
kulabirako; "ssampuli"

sanctification kutukuzibwa.

sanctify kutukuza; kuwa
butukuvu.

sand musenyu; ttaka.

sandal ngatto ya kibya;
mukalabanda; lugabire;
ssapatu.

sandbank kigulumu kya
musenyu.

sap masanda.

sash kitambaala; kisipi; kisupi.

Satan ssitaani; ssetaani;
swayitaani; mukemi.

satisfaction bumativu; mukkuto.

satisfy kumatiza; kukkusa.

Saturday Lwamukaaga.

sauce nva; kitoobero.

saucepan ntamu; sseffuliya;
ssuffuliya.

saucer sois ya kikopo.

save kuwonya; kulokola;
kununula; kutereka (nsimbi).

Saviour Mulokozi; Mununuzi.

saw musumeeno.

say kwogera; kugamba; kuwa
kirowoozo; *What do you say*?
Ggwe ogamba otya?

scab kikalappwa ku bbwa.

scabies (bulwadde bwa)
wayirindi.

scales minzaani; bigalagamba
(nga ku ngege).

scandal kyesittazo; kikolobero;
kivve.

scandalous kyesittaza; kya nsonyi; kya buswavu.

scar nkovu; njokyo; mpyoko.

scarce kya bbula; kya kkekwa; tikirabika; kya mpandiiro.

scarcely bbalirirwe; n'embooge tebuguma; *He had scarcely left when his son arrived*: Yali ky'ajje agende mutabani we n'atuuka.

scarecrow kasajjaffuba; kaakookolo; luntu lukoggofu; lusiiwuufu.

scarlet kimyufu; kya kasaayi.

scatter kusaasaana; kusaasaanya; kumansa; kubunya miwabo.

scene kye tulaba; kyolese; kyoleko.

scent kawoowo; lusu.

scepter muggo gwa mufuzi; Ddamula.

school ssomero; ttendekero; kibinja (ky'abayivu) ab'endowooza efaanana.

schoolmaster musomesa; muyigisa; musizi.

schoolmistrees musomesa mukyala.

science kaliisoliso; ssaayansi.

scissors makansi.

scold kunenya; kukangavvula; kukayukira.

scoop kusena; kuyoola; kuwoola.

scorch kubabula; kusiiyiika; kwokya.

score kuteeba kagoba (mu mupiira).

score makumi abiri; kiwandiiko ky'amaloboozi g'oluyimba.

scorn kusunga; kunyoma; kugaya.

scorpion ssigga.

scout kwandaaza; kuketta; kumagamaga.

scout mukkessi; nkessi; musikawutu.

scrape kukulubula; kukulubuuta; kukuuta.

scraper kikuuta; *sky scraper*: bizimbe bya kalina empanvu zinnalugooti.

scratch kutakula; kwagula; kukolokota.

scream kwaziirana; kukuba nduulu; kukaaba kayirigombe

screen lutimbe; ggigi.

screw musumaali gwa njola.

scribe muwandiisi; kkalaani.

scripture biwandiiko bitukuvu.

scroll kuzinga oba kuzingulula; kwetooloza.

scroll kiwandiiko kya muzingo.

scrubs kuwawula; kukulubuuta.

sea nnyanja (naddala ey'amazzi ag'omunnyu); mazzi ga nnyanja.

seal kussa mukono ku kiwandiiko

seal kabonero akatongole.

seam ggemu; lukindo lwa lugoye.

search kunoonya; kunoonyereza.

season mwaka (gwa nkuba oba kyeya); biseera; bbanga ttuufu.

seat ntebe; kitebe.

second (wa) kubiri; addirira asooka.

second katikitiki ka ssaawa.

secret kyama; nkiso; nkukutu.

secretary muwandiisi; kkalaani; ssekeretale.

secretly mu kyama; mu nkiso; mu nkukutu.

section kitundu; kiwagu (kya kitongole); kitongole.

security bya kwerinda; bwekusifu.

see kulaba.

seed nsigo; ndokwa.

seem kulabika nga; kufaanana.

sieve kuwewa; kukuŋŋunta; kusengejja.

seldom bbalirirwe; *Lazy people seldom succeed*: Abagayaavu tibatera kuwangula.

select kulonda; kusunsulamu.

self mwennyini; kamwakoogera.

self-control kwefuga; kwezzaamu; ssimbo.

selfish yerowoozaako yekka; nnaasiwamukange.

sell kutunda; kuguza; kumatiza (kirowoozo).

send kutuma; kuweereza; kulagiriza.

senior mukulu asingako; mukama (w'omukozi).

sensation (muntu) kyawulira mu mubiri

sense ntegeera; mpulira; busobozi bwa kulaba, kuwuliza matu, kuwunyiiriza, kulega (n'olulimi) n'okuwulira ekikwateko; kya magezi; *You*

are talking sense: Ky'oyogera kya magezi.

sensible mu-tegeevu; kya magezi; kya butegeevu.

sensitive (muntu)wa ntondo; (kintu)kya kwegendereza; kya bulwa; tikisaana kupapira.

sentence kibonerezo ekiweebwa omuzzi w'omusango; (mu nkozesa y'olulimi) mboozi emu; ssenteesi.

separate kwawukana; kwawukanya; kwawulamu.

separate byawufu; byawuddwamu; byawule; bya njawulo; *we live in separate rooms*: tusula mu bisenge byawufu.

separately buli kimu ku bwakyo.

September mwezi gwa mwenda; Mutunda; Ssebuttemba.

septic (kiwundu) kitanye; kya (kutwala) kazambi; *a septic tank*: ekinnya kya kazambi.

series lukalala; bintu ebiddiriŋŋana.

serious kya makulu; si kya kusaaga; kikulu.

seriously mu mazima; awatali kusaaga.

sermon mbuulira; njigiriza (mu ssinzizo);*The preacher gave a sermon on charity*: Omubuulizi yabuulira ku kwagalana.

servant muweereza.

serve kuweereza; kukolera bantu; kugabula; *He served fish at the party*: Yagabula ebyennyanja ku kabaga.

180

service buweereza; mpeereza.
serviette kitambaara kya kwebikka ku kifuba ng'omuntu alya ku mmeeza.
set kutega; kutegeka.
set mugogo gwa bintu ebifaanagana oba ebikozesebwa awamu.
settle kutereera; kukkakkana; kukkalira.
settlement nzikiriziganya; ntawulula ya nkaayana.
settlement kibuga; kyalo ekyakasengebwa.
settler musenze; muzzi.
seven (muwendo) musanvu.
seventeen kkumi na musanvu; nsanve (mu kwesa).
seventy nsanvu.
several biwerako; bingiko.
severe mu-kambwe; wa nkanu.
sew kutunga.
shade kisiikirize; kittuuluuze.
shadow kisiikirize (ky'omuntu).
shake kunyeenya; kuyuuguuma; kukankana.
shall kagambo kayambi akalaga ekikolwa mu budde obuggya; *I shall return*: Nzija kudda; ndidda.
shallow (kinnya) kimpi; si kiwanvu; (kirowoozo) tikiriimu;kya butamanya.
shame nsonyi; buswavu.
shape ndabika (ya kintu).
share kugabana; kugabanya.
sharp kyogi; kisongovu; (muntu) mugezi; mulabufu; mujagujagu.

sharpen kuwagala; kutuza
shave kumwa (nviiri oba kirevu).
shed kibanda.
sheep ndiga.
shell kisosonkole; kiwaawo.
shelte kubudamya; kuwa kisulo; kubikkirira.
shepherd Musumba wa ndiga; muliisa.
shield ngabo.
shine kwaka; kutangaala; kwakaayakana.
shirt ssaati.
shiver kujugumira; kukankana
shock kyekango; ncukwe; kigugumuko.
shoe ngatto; kiraato.
shoot kulasa; kukuba ssasi.
shop dduuka; ttundiro; katale.
shore lubalama lwa nnyanja.
short ki-mpi; (muntu) wa kitema
shortage bbula; mpambiiro.
shorts mpale ennyimpi.
shoulder kibegabega.
shout kuleekaana; kuwoggana.
show kulaga; kwoleka.
shower nkuba mpewufu; kafulejje ka mu kinaabiro.
shrine kiggwa; ssabo; kifo kitukuvu.
shrink kwetugga; kwemiima.
shroud lugoye lwa kuzingamu mufu; lubugo.
shrub kimera ekyekitiititi; kisaka.
shut kuggala; kusibawo.
shy (muntu) wa nsonyi; atya abantu.

sick mu-lwadde.

sickle luso; kyambe kya kukesesa.

side ludda; luuyi; lubiriizi.

siege kuzinda; kusibako kanyaaga.

sieve kasengejja; kakuŋŋunta.

sigh kikkowe; kikkoowe.

sight (busobozi bwa)kulaba; kirabwa na maaso.

sign kabonero.

signature mukono (muwandiike); kinkumu.

silence kasiriikiriro; kasirise.

silently mu kasirise.

silk liiri; (lugoye) lwa liiri.

silly mu-siru; mu-buyabuya.

silver feeza.

simsim ntungo; *simsim oil*: butto.

sin kibi; kyonoono.

sun njuba.

since kuva (jjo); nga bwe kiri bwe kityo; kubanga; *since you were born*: okuva lwe wazaalibwa; *Since we are believers we cannot despair*. Nga bwe tuli abakkiriza tituyinza kuggwa ssuubi.

sincere (muntu)mwesigwa; taliimu bukuusa.

sinew kinywa.

sinful (muntu) mwonoonyi.

sing kuyimba.

single bwomu; (kintu) kyokka; (muntu) muwuulu; wa busa.

singly kinnoomu; omu omu; kimu kimu.

sink kuzaama; kukka mu mazzi.

sip kunuuna; kunywa mpolampola.

sir ssebo; mukulu; mukungu wa Kabaka w'e Bungereza.

sisal kagoogwa; kigoogwa.

sister munnaddiini mukazi; mubiikira; muganda w'omuntu (nga bombi bawala); mwannyina w'omuntu; *my sister*. mwannyinaze; *your sister*. mwannyoko; *our sister*. mwannyinaffe; *your sister*. mwannyinnamwe; *their sister*. mwannyinaabwe

sit kutuula; kukkalira

situation mbeera nga bw'eri; bye tulimu.

six mukaaga.

sixteen kkumi na mukaaga; nkaaga (mu kwesa).

sixty nkaaga.

size bunene bwa kintu.

skeleton ŋŋumbagumba; kawanga; musekese.

skill bukugu; bumanyirivu.

skin lususu; ddiba.

kull kiwanga; kawanga.

sky ggulu; lubaale.

slander kulebula; kusala bigambo.

slave muddu; nvuma.

slavery buddu.

sleep tulo; kwebaka

sleeping sickness mmongoota.

slip kuseerera; kusirittuka.

small ka-tono; ka-tiininya; katini.

smash kwasaayasa; kusekula.

182

smell lusu; kuwunya;
kuwunyiriza.

smile kumwenya; kumwega.

smoke mukka (oguva mu
muliro).

smooth ki-weweevu.

snail kkovu.

snake musota.

snatch kukwakkula; kwewamba;
kunyaga

sneeze kwasimula; kutema
mwasi.

sniff kunuusa;kuwunyiriza;
kugoba lusu.

snore kufuluuta.

snuff bugolo.

so bwe kityo.

soap ssabbuuni.

soft ki-gonvu; ki-weweevu.

soldier mutabaazi;
(muserukale)wa magye;
mujaasi.

some bi-mu; ssi byonna.

sometimes luusi na luusi; lumu
na lumu.

son mutabani; mwana wa
bulenzi.

song luyimba.

soon mangu (gye bujja); mu
maaso awo katono.

soot nziro.

soothe kuweeza; kuweweeza.

sore bbwa.

sorrow nnaku; buyinike; bulumi
bwa mu mwoyo.

soul mwoyo; mutima.

sound ddoboozi (ly'ekivuga).

sound ki-ramu; tikiriiko
kikyamu.

space kifo; mwanya; bbanga.

spade kitiiyo.

sparrow nkzaluggya.

speak kwogera (mu bantu);

spear ffumu.

special kya njawulo.

spectacles galubindi; ndabiso.

speed mbiro; misinde.

spend kufulumya nsimbi;
kumala bbanga mu kifo.

spider nnabbubi.

sponge kyangwe.

start kutandika; kutanula.

step luta lwa kigere; ddaala.

string kaguwa; muguwa.

stroke ŋŋanzi; kugongobala;
suffer a stroke: kukubwa
ŋŋanzi;

strong wa maanyi; alina endasi;
yeesobola.

strum kuweeweeta nkoba (za
ndongo).

student musomi; muyizi.

study kusoma; kuyiga;
kwetegereza.

succeed kusinga; kuwangula.

suckle kuyonsa.

sudden kya mbagirawo;
kitalindiriddwa.

suffer kubonaabona; kudaaga.

surgeon musawo alongoosa.

survive kubaawo; kuwona;
kusumattuka kabenje.

sustain kuwanirira; kubeezaawo.

swear kulayira; kwevuma.

sweat ntuuyo; kutuuyana.

sweep kwera; kuyoolayoola.
sweet kiwoomerevu; (muntu) wa ssimbo.
swel kuzimba; kuzimbulukuka.
swift kyangu; kya mbiro.
swim kuwuga.
swindle kunyagisa lugezigezi; kusomola.

swing kuwuuba; kwesuuba; kwewuuba.
sword kitala; mpiima.
sympathy kisa; busaasizi; kulumirwa.
synagogue sinagooga; ssinzizo lya Bayudaaya.
syringe mpiso (ya mu ddwaliro).

T t

tab kabonero; kamanyiso.
table mmeeza; lujjuliro; mweso gwa biwandiiko.
taboo muzizo; tekikkirizibwa mu mpisa z'ekitundu.
tag kabonero.
tail mukira (gwante); kyensuti; bbuutu ya mmotoka.
tailor mutunzi wa ngoye; ffundi.
take kutwala; kusitula; kulya oba kunywa.
talent kitone; magezi; busobozi; talanta.
talk kwogera; kunyumya; kuteesaganya.
tall muwanvu; mulangavvu; mulangaatira.
tame (kisolo) kya mu nnyumba; kifuge.
tank tterekero lya mazzi; lya mafuta.
tap tapu; akasiba n'okusumulula amazzi.
tap kutega; kulembeka.
tape measure lukoba olupima.
tape worm biwuka bya mu lubuto; nfaana.

target kuluubirira
tarpaulin ttundubaali.
task mulimu.
tassel mujunga; byoya nga bya kasooli
taste kulega; ndega; mpooma; kumanya kulonda.
tax kuwooza musolo; kutawaanya.
tax-collector muwooza; musolooza; ssentala.
taxi motoka ya lukale.
tea majaani; chai.
teach kusomesa; kuyigiriza.
teacher musomesa; muyigiriza; musizi.
teapot bbinika ya chai; bbuli
tear kuyuza; kutaagula.
tear zziga; kukaaba.
tease kujerega; kubonyaabonya; kukijjanya.
teat bbeere,
telephone ssimu; wendi nkufuna.
tell kutegeeza; kwogera.
temper busungu.

temperature bbugumu lya mumubiri.

temple kiggwa; ssinzizo; yekaalu.

temporary kya mbagirawo; kya kaseera katono.

tempt kukema; kugeza; kusendasenda.

temptation kikemo; kigezo.

ten kkumi.

tenant musuze; mupangisa.

tender kwekwata mulimu.

tent lusiisira.

Term kisanja; budde bwa soomero.

termite nkuyege; nswa.

terrible kibi nnyo; kitiisa; kyenyinyalwa;

terrify kutiisa; kukuba nchukwe.

terror ntiisa; nchkwe.

test kugezesa; kuwa kibuuzo

testament ndagaano.

testify kuwa bujulizi.

testimony bujulirwa

tether kusiba nsolo (mbuzi) ku nkondo.

thank kwebaza; kusiima; kweyanza.

that kino; ekyo; kiri.

thatch kusereka.

theatre kifo awalabirwa emizannyo gya katemba.

thee (mu ssaala) ggwe.

therefore n'olwensonga eyo.

they bali; abo.

thick kigumu.

thief mubbi, munyazi; mukumpanya.

thigh kisambi.

thin kitono; kya luwewere.

thing kintu

think kulowooza; kwefumitiriza.

third kimu kyakusaatu.

thirst nnyonta; nkalamata.

thirteen kkumi na ssatu.

thirty makumi asatu.

thistle matovu

thorn liggwa; nkanaga.

thorough kinanye; kikoleddwa bulungi; kiggwereredde.

thou (mu ssaala) ggwe.

though newankubadde.

thought kirowoozo;

thousand lukumi.

thread luwuzi olutunga engoye

threaten kwewerera; kutiisatiisa.

three ssatu.

thresh kukuba (bulo, mucheere n'ebirala).

threat kintu ekitiisatiisa; kwewera.

throne nnamulondo.

throw kukasuka; kusuula; kukanyuga; kumegga.

thumb kinkumu; kyala kisajja.

thunder kubwatuka; ggulu ligwa.

Thursday Lwakuna.

thus bwe kityo.

tick nkwa; kukuba kwa ssaawa.

ticket tikiti (ya nyonyi, baasi).

tickle kunyonyoogera.

tidy kiyonjo.

tie kusiba; kusibagana; lumeggana. ttaayi (lugoye).

tigh kinywevu

tile ttegula; kajjo ke basiba mu binabiro.

till kulima; kusamba nnanda.

till okutuusa.

timber mbaawo.

time budde; biseera.

tin mukebe.

tiny katono; kanyinkuuli; katiiniinya.

tip katundu butundu ku kintu ekinene; kusuula nga motoka eza tipa; kulekera muwereza mu woteeri bu sente obuba busigadde; kuloopa bakyamu mu b'obuyinza.

tired (kintu) kikooye; kikaddiye; muntu akaddiye; akooye

title kitiibwa; linnya.

toad wakikere.

tobacco taaba.

today lwa leero

toe kagere.

tomato nyaanya; nniina.

tomb masiro; biggya; malaalo.

tomorrow nkya; lwa nkya.

tongs ntoozo;byuma ebitoola omuliro.

tongue lulimi (kitundu kya muntu, nsolo)

tonight leero akawungeezi

tonsils mabwa mu bulago; nsanjabavu mu mimiro.

tool kikozesebwa ku mirimu.

tooth linnyo

toothbrush kasenya

toothpick kati ka mannyo

top ekisemba waggulu

torch mumuli; toki.

tortoise nfudu.

torture kutulugunya; kudaaza.

total mugatte.

totem muziro; kika; nnono.

touch kukwatako; kusensera (mutima).

tough kigumu; mugumu; musunguwavu.

tour kulambula; kukyalira.

touris mulambuzi; mutambuze; mugenyi.

towards okwolekera; kuludda olwa

towel tawulo; kya kwesiimuula.

tower munaala.

town kibuga

toy ddole; kyakuzannyisa

track kisaawe; kulondoola.

trade kusuubula; kuyomba.

trader musuubuzi.

tradition mpisa ya nsi; nkola ya bantu ba kitundu.

traffic bya mateeka ga bidduka.

trail kisinde; kubo; kulinnya kagere.

train ggaali ya mukka.

train ggaali ya mukka.

traitor kali nkwe; yalya olukwe.

trample kulinnyirira.

transfer kutambuza; kukyusa kifo.

translate kuvvuunula;

transparent kitangaavu; kirabika mangu; kiri mu gilaasi;

trap kutega; mutego.

travel kutambula; kulamaga.

traveller mutambuze; muyise.

tray ttule; kya kutwalirako bikopo, masowaani nebirala.

treachery bulimba; kubba.

tread kusuubula.

treason kulya mu nsi lukwe.

treasure bya bugagga.

treasurer muwanika; mukwasi wa nsawo.

treasury ggwanika; nsawo.

treat kuyisa;

tree muti.

tremble kukaknkana; kujugumira.

trench kakutu ka mazzi.

tria kuwozesa; kuwulira musango.

tribe ggwanga.

trick kusoona; kudyeka; kakodyo.

trickle kuserengeta; kusaana

trinity busatu mu katonda omu

trip lugendo; kukyala; kulambula.

trot kudduka mbiro ntono.

trouble mutawaana; katyabaga.

trough mmanvu.

trounce kufuntula; kuwangula.

trumpet kkondeere

trunk nduli

trust bwesige

trustworthy mwesigwa

truth mazima; kituufu.

try kugezaako; kufuba.

trypanosomiasis mmongoota; bulwadde obuleetebwa ebivu.

tsetse-fly kivu (kiwuka).

tube luwago; mupiira gwa kidduka gwa munda.

tuberculosis kafuba; bulwadde bwa mawuggwe

Tuesday Lwa kubiri

tune luyimba (naddala mu bivuga byokka).

tunnel kkubo eriyita wansi mu ttaka.

turn kukyuka; kukyusa buwufu.

turn luwalo.

tusk ssanga (lya njovu)

tutor musomesa

twelve kkumi na bbiri

twenty makumi abiri.

twice mirundi ebiri.

twig kati; katabi.

twilight kawungeezi; buwungeera; kalabirizabazaana.

twin mulongo; kya nnamansasaana.

twist kkoona eryenyoolanyoola; kuweta makoona.

twitter kutiitiira (ng'anyonyi).

two bbiri, kinnababirye; mugogo.

type ngeri; nkula.

type kuwandiisa kyuma –taaipu.

tyranny bufuzi bwa bumbula

tyrant mufuzi wa bumbula

tyre mupiira gwa motoka, pikipiki oba kagaali.

Uu

udder kibeere kya nsolo nkazi.

ugly kirabika bubi; kibijjigiri.

ulcer bbwa; kiwundu ekitanye.

umbrella minvuuli; manvuuli; *umbrella organisation*: kibiina ekikuŋŋaanya bonna

unable tasobola; tayinza; talina busobozi.

unaware tamanyi; ssi mubuulire; tategedde biriwo.

unbelief butakkiriza; buwakanyi; bukakanyavu bwa mutima.

uncertain teyekakasa; tamanyi bulungi; abuusabuusa.

uncle kkojja; taata muto.

uncomfortable tali bulungi; ali bubi; teyeeyagala; teyeetaaya.

uncommon ssi kyabulijjo; tekirabikalabika; kya bbalirirwe.

unconscious takyategeera; awunze; azikidde.

uncover kusaanukula; kubikkula; kwanika; kwoleka.

under wansi wa.

underdone lugambogambo; kutolotooma.

underneath wansi wa.

understand kutegeera; kumanya; kukenga.

understanding maagezi; kutegeera; kumanya; bumanyiarivu.

undertake kukwata (mulimu); kutandika.

undo kusattulula.

unexpected tekisuubirwa; tekirindiriddwa.

unfold kweyanjuluza.

unfold kweyanjuluza; kweyoleka; kugenda mu maaso.

unhappy--munakuwavu; ssi musanyufu; munyiivu; tamatidde.

unintentionally tagenderedde; mu butanwa.

union nneegatta; kitongole kya bwegassi; nkola ya wamu; kibiina kya beegassi.

unit kitundu; katundu.

unite kugatta wamu; kwegatta.

unity bumu; bwegassi; kussa kimu.

universal kya nsi yonna; kya mawanga gonna ag'ensi.

universe nkulungo ya nsi; nsi yonna

University Ttendekero kkulu; ssematendekero; yunivasite.

unkind talina kisa; wa ttima.

unless okujjako; mpozzi nga; bwe kitaba nti.

unload kutikkula; kuggyawo; kusitula.

unlock kusumulula; kuggulawo.

unlucky talina mukisa; wamukisa mubi; wa kisiraani.

unmarried ssi mufumbo; wa busa; muwuulu.

unpack kusumulula migugu; kukkalira.

unripe *adj.* **bisi** kibisi;
tekyengedde; tekinnatuuka.
unroll kuzingako.
unsafe kya bulabe; kikyaamu;
kya kabi; ssi kya ddembe; ssi
kituufu.
unsociable ssi kya mu bantu;
tkijja ku mmere misana.
unstable ssi mutereevu;
awunjawunja; teyesigika.
unsteady awunga; awunjawunja;
tatereera.
untether kuyimbula;
kusumulula; kuta.
unthatch kugwa mu lukwe;
kutebuka.
untidy muggulu; mujama;
muligo.

untie kusumulula; kujjako
migwa.
until okutuusa
unusual ssi kya bulijjo;
tekirabikalabika.
unwell mulwadelwadde;
teyeyagala bulungi.
unwilling ssi mwetegefu;
tayagala.
unwind kuddiriza; kuddirira;
kweyanjuluza; kwemalayo.
up waggulu; ngulu.
upon ku (e.g. ku mmeeza:
uproar luyoogaano; lwogoolo.
uproot kukuula; kusimbuliza.
upside down kifuulannenge.
urge kukuutirira; kwasira.
useful kya mugaso.
uvula kanyata.

Vv

vacancy mulimu.
(ogwetaagibwamu omukozi).
vacant (kifo) kyereere; tikiriimu
bantu.
vacate kuva mu kifo;
kulekulira.
vacation luwummula.
vaccinate kugema (bulwadde);
kusala mikono.
vacuous kyereere; timuli
magezi oba muga.
vain mwewulize; mwenaanyi;
mwepansi; *in vain:* tikigasa;
bya busa.
valley kiwonvu; kikko.
valuable kya muwendo; kya
mugaso.

value mugaso.
viable kikkirizika; kisoboka.
vie kulwanira; kuwaalirira.
vigorous (muntu) wa maanyi;
yeesobola.
vigour maanyi; ndasi.
village kyalo; mutala.
villager mutuuze wa kyalo;
munnakyalo.
virgin mubeererevu, mbeerera;
nteeka; kiggya ddala.
virtue mpisa nnungi.
voluntary kya kyeyagalire;
(mulimu) gwa kwewaayo.
vomit kusesema; kutanaka.
vote kalulu; kukuba kalulu.
Vulture nsega.

Ww

wad kisaakanda, kateretebbwa.

waddle kubaatira, kubambaga.

wade kutambula mu mazzi, kusomoka.

wafer kagati akatali kazimbulukuse.

waffle kubumbujja, kutamattama.

waft (mpewo) kufuuwa mpolampola.

wag kunyeenya, kutenga, kwenyeenya; njogeziyogezi.

wage musaala, mpeera; kutabaala.

wager kusingawo (kintu mu mpaka).

wagtail mujjonkezi; *pied wagtail*: nnamunye.

wail kutema mulanga, kukungubaga.

wait kulinda, kulindirira.

waive kusazaamu, kusonyiwa.

wake kugolokosa, kuzuukusa; *Wake up*: Kuzuukuka, kugolokoka.

walk tambula; kakubo.

wall kisenge, bbugwe.

wallet nsawo ya nsimbi.

wallow kwevuluga; kwevulunga.

wander kubunga; kwenjeera.

wangle kukwakula; kukuunyuula (kintu) ku muntu.

want kwagala; kwetaaga; kubulwa; bubulwa; bwetaavu; buyinike.

wanton kya bugayaavu; kya butafaayo; kya mbyone.

war lutalo; lutabaalo.

warble kukerebeza (ddoboozi mu kuyimba).

ward kusagga; mwana imulekere; kisenge kya balwadde; muluka gwa kibuga.

warm kubugumya; kibuguma; jya mukwano; kizzaamu amaanyi.

warn kulabula; kutemyako.

warmth bbugumu; kibuguumirize.

warp kufunyaafunya; kugoomya; kugongobaza.

warrant kuwa kakalu; kakalu; bbaluwa "bakuntumye".

watch kutunuulira; kukenga; kukuuma; lukuuma; ssaawa ya ku mukono.

water mazzi; kufukirira mazzi.

wave kuwuuba; kuwuubira; jjengo.

waver kuyuuguuma; kutiiratiira; kusagaasagana.

wax kufuuka; kutandika kuba; nvumbo; kussa nvumbo (ku kintu).

way kkubo; luguudo; ngeri (ya kukola kintu).

waylay kuteega; kuswamirira.

wayward mutwaggufu.

we ffe; ffe tuli bagenyi: *we are visitors*.

weak munafu; kinafu; kiyabayaba.

weal lukwagulo lwa mbooko oba kazinŋoonyo ku mubiri.

wealth bugagga; bya kufuna.

wean kuggya ku mabeere.

weapon kissi; kya kulwanyisa.

wear kwambala; kuggwereza; nnyambala; byambalo.

weary kukooya; kuyenjebula; mukoowu; muyenjebufu.

weather mbeera ya budde; *The weather is sunny today:* Obudde bwa musana leero.

weave kuluka; kusona.

web lububi; mikutu gya mpuliziganya mu bwengula.

wed kuwasa, kufumbirwa; kugatta (bagole).

wedge kiziziko; kigingi.

wedlock bufumbo; maka.

Wednesday Lwakusatu.

wee kasirikitu; kanyinkuuli; *In the wee hours of the morning:* Mu maliiri; nga tibunnasaasaana.

weed kukoola; *It is time to weed the maize garden:* Kasooli atuuse okukoola; muddo; kiddo.

week wiiki; nnaku musanvu; ssabbiiti.

weep kulira; kukaaba kasirise.

weevil nvunyu, mmoggo, ndiwulira.

weigh kupima buzito; kuzitowa.

weight buzito; jjinja lya minzaani.

welcome kwaniriza; ndaba ku ki?; kisiimibwa; kyagalwa.

weld kwokya byuma okubigatta.

welfare bulungi (bwa muntu); bulungi bwa nsi.

well kujjula; luzzi.

welter kavuyo; lwokano.

wend (njogera nkadde) kugenda; kutambula.

west bugwanjuba; *the West:* ensi z'e Bulaaya n'Amerika.

wet kutobya, kubisiwaza; kibisi; kitobye; kirimu amazzi.

whale lukwata; kitonde nnamugundu ekibeera mu ssemayanja.

what (kibuuza) ki, kiki; (nnakasigirwa enjuliza) kye; *that is what I told you:* Ekyo kye nnakugambye.

wheat ŋŋano.

wheel nnamuziga, nziga; mupiira (gwa kidduka).

wheelbarrow kigali kisindikibwa; mukokoteni.

when? ddi? Budde ki?

whenever buli lwe; *Whenever I see him I greet him:* Buli lwe mmulaba mmulamusa.

where (kibuuza) wa, ludda wa; (kijuliza) gye; *I don't know where I'm going:* Ssimanyi gye ŋŋenda.

whereas nandibadde, newandibadde; newankubadde.

whereby bwe kityo nno.

whether oba; *She has not told me whether she will come or* *not*: Tambulidde oba anajja oba nedda.

whim kyoyerezi; kyettula.

whimper kwekaabyakaabya; kwerizaaliza.

whine kunyiiziira; kwemulugunya.

whip kuswanyuula, kukuba; kaswanyu, kibooko, mbooko.

whirl kwebonga, kwetooloola.

whirlpool ngezi; mazzi nakyebonga.

whirlwind mbuyaga; kikuŋŋunta; (mpewo ya) muzimu.

whisker kasulubu; kaswiriri.

whisky mwenge mufumbe kuva mu ŋŋano; busiki.

whisper kaama; kwogera (mu)kaama.

whistle kufuuwa luwa.

whistle luwa; ffirimbi.

white kyeru.

white ant nswa.

Whitsun Ppentekooti; Ppentekoote.

who? ani?; nnakasigirwa enjuliza; *A girl who does not know*: Omuwala atamanyi.

whole kiramba; kyonna; kijjuvu.

whoop kwamira; lwamira.

why lwaki; nsonga ki.

wick lutambi (lwa ttaala).

wicked mubi; kibi; kawenkene.

wide kigazi; kyagaagavu; nnabbamba.

widow nnamwandu.

widower ssemwandu.

width bugazi, bwagagavu.

wield kubagalira; kuba na (buyinza); *The President of a country wields a lot of power*: Ssenkulu w'ensi aba n'obuyinza bungi.

wig kiviiri kijingirire.

wilderness ttale; nsiko; ddungu.

will kwagala; kusiima (kwa Katonda oba muntu); kiraamo.

wilt kuwotoka; kukala.

wily mugezigezi; mukujjukujju; nkerettanyi.

wimp kantuntu; kawugguwuggu.

win kuwangula; kukoonola.

wince kuzibiriza lwa bulumi; kugumiza.

wind mpewo, mbuyaga.

wind kunyoola; kuggalawo (mukolo); kwenyoola; *The road winds up the mountain*: Oluguudo lwenyoola nga lulinnya olusozi.

window ddirisa.

wine vviini; muvinyo; mwenge gwa mizabbibu; kunywa mwenge; *They dined and wined richly*: Baalya ne banywa kigagga.

wing kiwaawaatiro; ddukundu lya kizimbe; lukingizzi (lwa kisaawe kya mupiira).

wink kutemyako; kuttira ku liiso.

winnow kuwewa; kukuŋŋunta.

winter budde bwa butiti mu nsi z'e Bulaaya.

wipe kusiimuula; kusangula.

wisdom magezi; kutegeera; bukwatampola.

wise mugezi; mutegeevu; mukwatampola.

wish kwagala, kwagaliza; kwegomba.

wit magezi, bulabufu, kugereesa, kusaaga.

witch mulogo (na ddala omukazi).

witchcraft bulogo, ddogo; byawongo.

with ne; na; *Did you come with the patient?*: Muzze n'omulwadde?

withdraw kuva, kwamuka; kuggya, kuggyako.

withhold kumma, kugaanira.

within munda.

without awatali.

witness kwerabirako; kujulira, kuwa bujulizi; mujulizi.

wobble kunyegenya, kutagala.

woe nnaku, kubonaabona; buyinike.

wolf musege; kuvaabira.

woman mukazi, mukyala.

womb nda; nnabaana.

wonder kwewuunya; kusamaalirira; kukunga.

woo kwogereza; kukumbira kusendasenda; kutokota (muntu).

wood muti, lubaawo; kabira.

wool byoya bya nsolo (ng'endiga oba ennamiya).

word kigambo.

work kukola; mulimu.

world nsi yonna awamu; dduniya; bya nsi; bantubalamu; *The world has forgotten him*: Ensi emwerabidde.

worm lusiriŋŋanyi; nvunyu; mmogo, ndiwulira; njoka; kusekeeterera.

wormwood kimera ekirina omuti n'ebikoola ebikaawa; mususa.

worry kweraliikirira; kweraliikiriza; kulsxs moyo.

worship kusinza; kussa mu Katonda kitiibwa; (bantu) kubiibiita.

worth muwendo; bbeeyi; kye kigula, ekikigyamu; *This house is worth three hundred million shillings*: Enju eno egyamu/egula obukadde bwa ssiringi bisatu.

worthwhile kigasa; kya mugaso.

worthy asaanidde; asaanira.

wound kiwundu; bbwa.

wrangle kuyomba, kusoowana kuneneŋŋana.

wrap kusiba ttu; kuzinga (mu lulalaga oba olupapula); *wrap up*: kumaliriza.

wrath busungu; ssungu; kiniga.

wreath kisaaganda kya bimuli.

wreathe kutimba; kutimbirira.

wreck kumenyaamenya; kwasaayasa; kubetenta; kudibaga; kuseeza (lyato ku lwazi).

wrench kusika, kusikambula; kukuukuula.

193

wrest kusikako, kukwakula; kuwamba (buyinza).

wretch munaku, mwolo, muwejjere, mpongabyoya.

wriggle kwetigoonyola; kweziringa.

wring kukamula; kunyoola.

wrinkle kufufunyaza; kuleeta nkanyanya; lukanyanya.

wrist kiseke.

write kuwandiika.

writhe kweziringa; kwenyoola mu bulumi.

wrong kikyamu; kisobu; si kituufu; nsobi.

wry kikuumiira; kya lutimatima.

X x

x-ray kyuma ekimulisa ebiri mu mubiri munda; *x-ray*

photograph: kifaananyi ekiraga ebiri munda.

xylophone madinda

Yy

yacht lyato; kyombo kya buyonjo, kiyooyoote nga kisaabalirwamu bannaggagga.

yam balugu; ndaggu; jjuuni; mmere ya mu takka.

yawn kwayuuya.

yard (kipimo) mutanda, kifuba; yaadi; luggya.

yaws wayirindi.

year mwaka; ddaaza.

yearly kya buli mwaka.

yearn kuyaayaana; kuyaayaanira.

yeast kizimbulukusa.

yell kuwoggana; kukoowoola.

yellow kya kyenvu.

yes yee; weewaawo.

yesterday jjo; lunaku lw'eggulo.

yet naye; kyokka nno.

yield kubala; kuvaamu (mugaso); *Maria's hard work yielded fruit:* Obunyiikivu bwa Maria bwavaamu ebibala.

yoghourt mata ga bbongo.

yoke kikoligo; buvunaanyizibwa buzito.

yolk njuba ya ggi.

you ggwe; mmwe.

young muvubuka; kijuujulu.

yours kikyo; kyammwe.

Z z

sany kya kiralulalu; kya
katwewungu.

Zanzibari Mulunŋaana;
Muswayiri.

Zanzibar Lungujja; Zzanziba.

zap kukwakula; kubakisa
kamwa.

zeal bujjumbize; butakabanyi;
bwettanizi.

zealot mujjumbizi;
mutakabanizi; mwettanizi.

zealous mu-jjumbizi;
munyiikivu; mutakabanizi.

zebra ntulege.

zebu nte nnakabango.

zenith ntikko; kasolya.

zero bwerere; bukumbu;
"aaaa"; zzeero.

zest maanyi; ndasi; kinyumu.

zigzag ki-kyamukyamu;
kyenyoolanyoola.

zillion (Lumerika) keesedde;
katabalika.

zip kusiba wuluttu; kusiba
zziipu; wuluttu; zziipu, zzipu.

zip code (Lumerika) miwendo
egikozesebwa mu ndagiriro
y'omuntu gy'abeera.

zither nnanga ya lutiba.

zombie muzimu; kizimuzimu.

zoo kkuumiiro lya bisolo
ebyoomunsiko.

zoology ssomo lya bukugu bwa
bisolo.

zoom kuwenyuka; kudduka nga
kizungirizi; kuwuuma.

zoom nsika ya kifaananyi
okukigezza oba okukitoniya.

Appendix I: Months of the Year and Time of Day

Amannya g'Emyezi mu mwaka n'essaawa eziri mu lunaku.

A: Emyezi

Mu Luganda mulimu ebigambo ebigezaako okuvvuunula amannya g'emyezi gy'ekizungu ekkumi n'ebiri. Ebimu ku bigambo ebyo bitutegeeza bulungi ebigambo ebibaawo oba ebyabangawo edda mu Buganda mu myezi gy'ekizungu ekkumi n'ebiri:-

Gatonnya (January)

Mu biro eby'edda omwezi guno gwabanga gwa kyengera, ng'amatooke gayengererane gatonnyera nnyo mu nsuku.

Mukutulansanja (February)

Mu kiseera kino essanja lijula kuggweera ddala mu nsuku olw'omusana ogwaka mu *December* ne mu *January* era ne mu mwezi ogwo gwennyini gwe tuyise Mukutulansanja.

Mugulansigo (March)

Mu guno abantu mwe bateekerateekera n'okunoonya ensigo ez'okusimba ng'omwaka gukkiridde.

Kafuumuulampawu (April)

Mu mwezi guno enswa empawu mwe zibuukira okwefuumuula.

Muzigo (May)

Omwezi guno guba gwa nkuba nnyingi era gwe gwa ttoggo ddala. Oluusi kye baava bagwogerako nti: "Mutoggo mutta biryo" kuba ebisimbe ebimu biginnyimuka nnyo ne bitabalako mmere. N'ebisolo ebizaalibwa mu kiseera ekyo,

196

naddala enkoko, tebitera kukula; bifa nnyo olw'ekitotobaze n'obutiti.

Ssebaaseka (June)
Omwezi guno abantu bagulwaliramu nnyo era n'okufa. Mpozzi emmere y'omwaka ate n'ensiri ezizaalibwa mu migga, ku njazi ne mu misiri gya kasooli, bye birwaza abantu. Edda omwana yatumwa okutwalira kitaawe kasooli alyeko, naye n'asanga nga kitaawe yafudde dda, ng'amannyo gali ku ngulu ng'ali ng'aseka. Mu biro eby'edda abaana abato tebaamanyanga nnyo bantu bwe bafa era nga tebalaba ku mirambo. Omwana kye yava addayo eri abamutumye n'abagamba nti: "Nsanze ssebo aseka"

Kasambula (July)
Mu kiseera kino omusana gwakiramu mutonotono ne guyamba abantu okuggya ebisoolisooli n'omuddo mu bisambu byabwe.

Muwakanya (August)
Eggulu libwatuka nnyo mu mwezi ogwo, okulaga nti omwaka omusajja Ddumbi gusembera era nti guwakanya omwaka omukazi ogwa ttoggo.

Mutunda (September)
Guyitibea mutumba kubanga mu mwezi ogwo enswa entunda mwe zitandikira okubuuka.

Mukulukusa--Bitungotungo (October)
Enkuba etonnya mu mwezi guno y'ekulukusa ebitungotungo ebimererezi ebyamera mu bisambu by'entungo. Era bw'oguyita "Bitungotungo" oba ofunzizza bulungi erinnya eryo.

Museenene (November)
Omwezi guno gwe gutonnyeramu enkuba eyitibwa eya
Museenene era enseenene mwe zigwira, kye guva guyitibwa
Museenene.

Ntenvu (December)
Mu budde buno, mu ttale mubaamu ebiwuka bingi
ebiyitibwa "entenvu".

B: Obudde oba essaawa eziri mu lunaku

Era tulaba ng'Abaganda baamanya okugera ebiseera mu
budde obw'emisana n'obw'ekiro. Ebiseera by'Abaganda
ebimu bitabagana n'ebiseera ebiri mu kubala kw'Abazungu.
Bino bye bitundu ebikulu abaganda bye baakutulanga mu
budde obw'emisana, okuva enkya okutuuka akawungeezi,
obudde obwo nga bugendera ku biseera bya njuba
byennyini.

1. Abakazi banywa emmindi ya taba: Zino ze ssaawa
    ssatu ez'oku makya (9am).

2. Bakola eby'emisana: Zino ze ssaawa ttaano (11am).

3. Balya eby'emisana: Zino ze ssaawa musaanvu ogw'omu
    ttuntu (1 pm).

4. Ggandaalo: Okuva ku ssaawa musanvu okutuuka
    omwenda ogw'olweggulo (1pm - 3pm).

5. Bakola eby'ekiro: Ze ssaawa kkumi ez'olweggulo (4pm).

6. Balya eby'ekiro: Kwe kuva ku ssaawa kkuminabbiri
    okutuuka ku emu ey'akawungeezi (7pm)

Obudde obw'ekiro baabukutulangamu bwe bati

1. Kawozamasiga (Amasiga agafumbiddwako emmere we
    gawolera): Kwe kuva mu ssaawa mwenda okutuuka ku
    kkumi ez'okumakya (3am - 4am)

198

2. Enkoko embereberye : Ze ssaawa mwenda ez'okumakya (3am).

3. Kinywambogo: Ziba essaawa kkumi ez'okumakya (4am), embogo we zitera okusangira abakeeze nga zinywa.

4. Mmambya: Ze ssaawa kkumi n'emu ez'okumakya (5am).

5. Matulutulu: Ze ssaawa nga kkumi n'emu n'ekitundu ez'okumakya.

6. Ekisisimuka ekisooka: Ze ssaawa nnya okutuuka ttano ez'ekiro (10-11 p.m).

7. Mattansejjere (Ttumbi): Ze ssaawa musanvu e'zekiro (1am). Kino kye kiseera abantu kye baba beebakiddemu ennyo. N'omuntu okwagala okutegeeza nti gundi yeebakidde ddala ky'ava agamba nti: "Gundi ali mu mattansejjere" Ekigambo "Mattansejjere" kitegeeza nti mu budde obwo enswa ensejjere mwe bazittira.

8. Obudde busaasaana; Obunyonyi bukaaba (Ebyo byonna bitegeeza essaawa kkumi na bbiri ez'okumakya, Maliiri, Lubungubungu) Essaawa kigambo kya Luswayiri. Mulenganjuba kye kigambo ky'Oluganda ddala ekyanditegeezezza obulungi ekintu ekyo ekigera ebiseera Abazungu kye baatuleetera.

Appendix II: Ebika By'abaganda N'obubbiro Bwabyo

Ebika byatandikibwa ba Ssekabaka; Kintu Nabakka Ccwa I ne Kimera.

Omusomi waffe kikugwanidde oyige era weemanyiizenga okwogera ku kika kyo ng'Ebyafaayo byakyo obikuba budinda okwo oteekeko n'okumanya ebifa ku bika ebirala. Ekika kyo bw'otokiyita kika okiyita Muziro gwo era ng'okukiyita Omuziro kyava mu kigambo Kuzira ng'ekintu ky'otolya kibeera muziro gy'oli. Akabbiro ko kaba n'okwekuusa ku kisolo ekyo kye weddira oba ennyonyi oba ekintu ekirala kyonna. Enjobe bw'eba eneetera okuzaala eyuzaayuza obutoogo obuto n'ebwaliirira w'egenda okuzaalira. Obutoogo obwo buyitibwa Bugala era obwo ke Kabbiro k'ab'ekika ky'Enjobe. Ow'akasolya ye mukulu akulira Ekika. Bw'otomuyita Wa kasolya omuyita Mutaka. Ebika n'obubbiro ebirliko akabonero kano * tebisobose kufunika olw'okuba ebika ebyo bya katongozebwa Ssaabasajja Kabaka.

Ekika	Akabbiro	Ow'akasolya
1. Ababiito	Mazzi ga kisasi	Ssaababiito
2. Abayunga*	-	Kannyana
3. Balangira	Bitaaguju	Ssaabalangira
4. Basaggi*	-	Nakirembeka
5. Butiko	Namulondo	Ggunju
6. Effumbe	Kikere	Walusimbi
7. Ekibuba	Tebalina	Nnyanja
8. Ennyonyi	Kkunguvvu	Mbaziira Ennyange
9. Ente	ŋŋaali	Katongole
10. Eŋŋonge	Kaneene	Kisolo

11. Kasimba	Ngo	Kabazzi
12. Kakoboza*	-	Nenkere
13. Kayozi	Nsombabyuma	Kafumu
14. Kibe	Kaamukuukulu	Muyige
15. Kinyomo	Mutima	Nakigoye
16. Kiwere	Luwoomerambuzi	Luwonko
17. Kkobe	Kaama	Nnamwama
18. Lugave	Maleere	Ndugwa
19. Mazzi ga Kisasi	Ggongolo	Wooyo
20. Mbogo	Ndeere	Kayiira
21. Mbwa	Kyuma kya Mbwa	Mutasingwa
22. Mmamba	Muguya	Gabumba
23. Mpeewo	Kayozi	Kiggye
24. Mpindi	Kiyindiru	Mazige
25. Mpologoma	Ngo	Namuguzi
26. Musu	Kayozi	Muyingo
27. Mutima	Mawuggwe	Namugera, Kakeeto
28. Nakinsige	Kkunguvvu	Kyeyune
29. Namuŋŋoona	Mutima	Kajjabuwongwa
30. Ndiga	Mpologoma	Lwomwa
31. Ndiisa	Nnabalya	Kaliika
32. Ngabi	Jjerengesa	Nsamba
33. Ngeye	Kkunguvvu	Kyesimbwa-Kasujja
34. Ngo	Kasimba	Muteesaasira
35. Njaza	Ngujulu	Kitanda.
36. Njobe	Bugala	Ssenjobe

37. Njovu	Nvubu	Mukalo
38. Nkejje	Nkejje Kiyemba.	Kikwata
39. Nkerebwe	Kinyirikisi	Kidimbo
40. Nkima	Kaamukuukulu	Mugema
41. Nkula*	Katiko ka ssogolero	-
42. Nkusu	Namugala	Kinda
43. Nkusu*	-	Ssenkusu-Ssonja
44. Nseenene	Nnabangogoma	Kalibbala
45. Nsuma	Kasulubbana akatono	Kibondere
46. Nswaswa	Goonya	Mayengo
47. Ntalaganya	Maleere	Bbambaga.
48. Nvubu	Njovu	Kayita
49. Nvuma	Katinvuma	Kyaddondo.
50. ŋŋaali*	-	Maweesano

Ebika ebirala ebitawulirwa

1. Enkebuka	3. Ensunu	5. Akasanke
2. Embuzi	4. Olukato.	

Appendix III: Kings of Buganda

BaSsekabaka ba Buganda nga bwe baddiriŋŋana n'ebikulu ebiboogerwako

Bingi ba Ssekabaka bye baakolera eggwanga lyaffe lino kyokka wano tujja kwogerako ebitonotono ku buli ssekabaka bikuyambe okumanya n'okusiima ebyo ebyatandikibwa era nga bingi tukyabirabako na buli kati.

1. **Ssekabaka Kintu:** Ku Ssekabaka ono kwe kwava enjogera Abaganda bonna gye bamanyi eyitibwa Bazzukulu ba Kintu. Ebyogerwa ku Kintu bingi nnyo era bye yakolera Obuganda bingi.Yatandikawo ebika 13. Kigambibwa nti okufa kwe tekumanyiddwa. Yabula bubuzi.

2. **Ssekabaka Nnabakka Chwa I:** Yatandikawo ebika 5. Ssekabaka ono yasindiikiriza mutabani we Kalemeera e Bunyoro ng'amusibako omusango kubanga yali(Kalemeera) alondoola nnyo kitaawe aleme kubula nga Jjajjaawe Kintu bwe yabula.

3. **Ssekabaka Kimera:** Yatandikawo ebika 28. ObwaKabaka bwa Buganda yabulwako nnyo n'okukaddiwa n'akaddiwa nnyo era muzzukulu we Ttembo ye yamuttira mu nsiko nga bayigga bwe yamanya nti Jjajjaawe oyo ye yatta Kitaawe Lumansi.

4. **Ssekabaka Ttembo:** Ssekabaka Ttembo yafa ng'atabuse omutwe. Kigambibwa nti olw'okutta Jjajjaawe Kimera mu ngeri embi bw'etyo kye kyavaako okutabuka omutwe. Yawulirwa ng'awoggana nti

Ttembo!!! Kimera!!!!. Okwo kwe kwava enjogera eyogerwa ku muntu agudde eddalu nti "Ayita Ttembo".

5. **Ssekabaka Kiggala:** Ku mulembe gwa Kiggala kwe kwatandikira emigga Lumansi ne Mayanja egyazaalibwa mwannyina Nazzibanja.

6. **Ssekabaka Kiyimba:** Teyamala bbanga ku bwakabaka. Yakisa omukono ekisasiro bwe kyamugwa ku liiso.

7. **Ssekabaka Kayima:** Teyamala kiseera kiwanvu ku bwakabaka. Ye Ssekabaka eyawayira abakyala abatono ennyo anti yawayira abakyala babiri bokka.

8. **Ssekabaka Nnakibinge:** Mu mulembe guno mwe muli Omukyala eyayatiikirira olw'okutemera n'okusongolera Ssekabaka Nakibinge emmuli ez'okulwanyisa amafumu bwe gaamuggwaako era Ku mulembe ogwo kwe kwatandikira erinnya Mulwanyammuli.

9. **Ssekabaka Mulondo:** Ono yasikira obwakabaka nga muto ddala. Ab'Obutiko bamubajjira entebe empanvu asobole okutuulangako abantu be bamulabe. Entebe eyo yatuumibwa Namulondo era okuva olwo entebe Kabaka kwatuula eyitibwa NAMULONDO.

10. **Ssekabaka Jjemba:** Ku mulembe gwa Ssekabaka ono yaleegesa eŋŋoma eyavuganga nti Aloga aloge Jjemba alifa Bukadde.

11. **Ssekabaka Ssuuna I:** Ku mulembe gwa Ssekabaka ono kwe kwatandikira olugero olugamba nti Serwali lundi,

omusibe tayita Jjimbo. Anti Ssekabaka ono yali ayagala nnyo okuzannya n'abantu be kyokka lumu ng'ali e Jjimbo, yakwatagana n'omusibe ekigwo, omusibe n'amumegga awo we waatandikira olugero luno.

12. **Ssekabaka Ssekamaanya:** Ono naye yawayira omukyala omu yekka ayitibwa Nabuuso Nnaabagereka era ku mulembe gwe kwe kwatandikira okutuuma baka bakabaka erinnya lya Nnaabagereka.

13. **Ssekabaka Kimbugwe:** Ono y'omu ku bakabaka abaali ab'eggonjebwa ennyo.Teyamala bbanga ddene ku bwakabaka. Yaseererera mu lutabaalo nga balwana n'Omulangira Kateregga.

14. **Ssekabaka Kateregga:** Amannya Kitunzi ow'Eggomba ne Magaanyi mu bwakatambala, gaatandikira ku mulembe gwe.

15. **Ssekabaka Mutebi I:** Ku mulembe gwa Ssekabaka Mutebi I kwe kwatandikira emirimu gya Kasujju era nga mu kusooka yali ayitibwa Kalali kyokka bwe yayitibwa okutawulula omusango yali alya Nsujju, bwe yayitibwa Kabaka yagenda n'akamere k'ensujju nga kamugudde ku kifuba. Oluvannyuma Kabaka yamubuuza nti ako kamuli ku kifuba? Kalali yaddamu nti Kasujju. Okuva olwo erinnya eryo ne limukalako.

16. **Ssekabaka Jjuuko:** Ono naye yawayira abakyala babiri bokka.Yali kabaka wa ttima era ku ye kwe kwava olugero olugamba nti Kayemba

205

Nnantabuulirirwa alisaabala obw'ebbumba. Jjuuko yabumba eryato ery'ebbumba muganda we alisaabaliremu lituuke mu nnyanja libumbulukuke agwe mu nnyanja afe. Kayemba yalabulwa akalenzi akayimbi era bw'atyo n'awona okufa. Kabaka ono ye yaleegesa Mujaguzo enkazi eyitibwa Nnamanyonyi n'ensajja eyitibwa Kawulugumo. Yayagala nnyo mukyala we eyali ayitibwa Nnalunga era kwe kwava olugero olugamba nti Ontuuse Nnalunga yatuuka Jjuuko.

17. **Ssekabaka Kayemba:** Ku mulembe gwa Ssekabaka ono kwe kwatandikira olugero olugamba nti Linda buwere yawanguza Buvuma. Kayemba ne basajja be batambulanga obusajja obulema bwe baali balumbye Buvuma bwe baabalaba ne babanyooma olw'obulema bwabwe na bagamba nti ka bumale okuwera tubumalewo.

18. **Ssekabaka Tebandeke:** Ssekabaka ono ye Kabaka eyali ku bwakabaka ate mu kiseera kye kimu n'abeera omusamize. Kyajja bwe kityo kubanga bwe yalya obwa kabaka n'atta emmandwa zonna ate ye n'agwa eddalu. Bwe yawona eddalu n'afuuka omusamize.

19. **Ssekabaka Ndaula Kanaakulya:** Ku mulembe gwa Ssekabaka ono kwe kwatandikira erinnya ery'olulyo olulangira eriyitibwa Mawanda. Omu ku bakyala be eyalina ettu yali awandawanda amalusu. Bwe yazaala omulangira n'amutuuma Mawanda ng'ajjukira amalusu nnyina ge yawandanga. Era ku mulembe

guno kwe kwatandikira olugero olugamba nti Kamwa
kabi kassa Ssiroganga.

20. **Ssekabaka Kagulu Tebuucwereke:** Ssekabaka ono
yali mukambwe nnyo eri abantu be era abantu
baamukyawa nnyo bangi ne bamudduka naye
ekyamuviirako okudduka ku bwakabaka. Omumbejja
Ndege Nassolo ye yamutta bwe yamusanga e Kojja
ng'anywa entabaazabakadde n'amunnyika mu
nnyanja.

21. **Ssekabaka Kikulwe:** Kikulwe naye yalina empisa
ezitaayagalwa baganda be era yawalana nnyo muganda
we Mawanda n'ayagala n'okumutta bwe yasima
obunnya mu nju ye n'abikkako olubugo n'ayita
Mawanda atuule ku lubugo agwe mu bunnya kyokka
Mawanda n'alabuka.

22. **Ssekabaka Mawanda:** Ku Kabaka ono kwe kwava
ekivumo nti Olumbe lw'ekirago. Mawanda yatigomya
nnyo Abasoga ng'abalwanyisa n'okunyaga omwandu
Abasoga bagamba nti Omuganda Mawanda olumbe
lw'ekirago olwayita maama ne tata.

23. **Ssekabaka Mwanga I:** Kabaka ono yatta omwana wa
Kkojjaawe bwe yamala okulagulwa nti bw'alitta
omwana wa Kkojjaawe agenda kuwangaala ku bufuzi.
Kino kyanyiiza nnyo Kojjaawe era bwe waayitawo
akabanga n'awoolera eggwanga n'amutta n'empiima.

207

24. **Ssekabaka Nnamuggala:** Ono ye Kabaka eyava ku bwa kabaka olw'obulungi n'abulekera Kyabaggu ye n'agenda abeera ku lusozi Bbulabakulu e Mawokota.

25. **Ssekabaka Kyabaggu:** Ku mulembe gwa Kyabaggu kwe kwatuumirwa ekyalo Ttakajjunge ekiri e Mukono ku luguudo olulaga e Bugerere. Kyabaggu yatuma musajja we eyali ayitibwa Walulya atwale ettaka okuva mu Buganda aliyiwe e Busoga nga ky'agenderera kwe kugatta Busoga ku Buganda. Walulya yaweebwa amagezi obutatwala ttaka eryo era n'aliyiwa e Mukono mu kifo ekyo, okuva olwo ekifo ekyo ne kiyitibwa Ttakajjunge. Kyabaggu yattibwa batabani be olwakajabangu ke yalina. Amasiro ge gali Kyebando.

26. **Ssekabaka Jjunju:** Ono y'omu ku Bakabaka aboogerwako ng'abaali abakambwe. Yatta muka muganda we Semakookiro gwe yalaba nga muzito ate n'ayagala amuganze. Omukyala bwe yagaana n'alagira abambowa bamubaage bamuggyemu omwana. Kino kyaleetera abooluganda bano okukyawagana ennyo era n'abantu bangi baakyawa nnyo Jjunju olw'obukambwe bwe.

27. **Ssekabaka Ssemakookiro:** Ku mulembe gwa Ssemakookiro kwe kwatandikira abantu abayitibwa Abakenyi, Abakunta n'Abanyalugulu bwe yali awalagganya abatta muganda we Jjunju.

28. **Ssekabaka Kamaanya:** Ebikolwa bya Ssekabaka Kamaanya byaviirako abantu okutandikawo enjogera

208

egamba nti Kamaanya- Kasengejje bwe baba nga balayira. Amasiro ga Kamaanya gali Kasengejje. Kamaanya y'omu ku bakabaka aboogerwako ng'eyali omulungi mu mpisa ze ne mu bikolwa.

29. **Ssekabaka Ssuuna II:** Ebyogerwa ku Ssuuna bingi nnyo ate nga bingi binyuma okumanya ku mulembe guno. Ebitabo bingi ddala ebiwandiise ku Ssuuna ne Bakabaka abaddako. Erinnya lya Muganzilwazza lyatandika ku mulembe gwe anti waliwo omu ku bakyala be gwe yagabira abawalabu bwe yalaba ng'alinga abeegombye. Omukyala omulala n'aweebwa obuvunaanyizibwa okuyonsa n'okukuza omwana w'oli eyagabirwa abawalabu. Omukyala eyaweebwa obuvunaanyizibwa yasanyuka nnyo era okwo ne kuvaako enjogera Muganzi lwazza omusango omukyawe lwakyakyankya. Enjogera eyo yasalibwako ne lifuuka Muganzilwazza.

30. **Ssekabaka Walugembe Mukaabya Muteesa I:** Bingi ebimanyiddwa ku Ssekabaka Muteesa I kyokka ng'ekisinga obukulu ennyo kwe kuyita abazungu abajja okuleeta ekitangaala mu Buganda, ekitangaala ekyatuleetera okusoma n'eddiini.

31. **Ssekabaka Danieri Basammula Mwanga II:** Nga Muteesa I aleese eddiini ate ye Mwanga yafuna buzibu mu bantu abo era yatuuka ekiseera n'abeera mu ntalo ezaamutuusa n'okuwaŋŋanguka n'okufa n'afiira eyo.

32. **Ssekabaka Mutebi Kiweewa:** Ono ye Kabaka eyasooka okuyitibwa erinnya lya Kiweewa kubanga erinnya eryo lituumibwa omulangira asooka okuzaalibwa Kabaka era ye tasikira ŋŋoma.

33. **Ssekabaka Kalema:** Omulembe gwe okusingira ddala gwali gwa kuyiwa musaayi.

34. **Ssekabaka Dawudi Ccwa II:** Ssekabaka Dawudi Ccwa II ye Kabaka eyasookera ddala okukyalako mu nsi z'ebweru.Kabaka ono ye yaleeta ensigo z'emiti egiyitibwa Kabakanjagala bwe gyayala ne gisimbibwa ku luguudo oluva ku Bulange okulaga ku Lubiri.

35. **Ssekabaka Edward William Fredrick David Walugembe Luwangula Mutebi Muteesa II:** Omwana wa Ssekabaka Dawudi Ccwa II. Alina ebintu njolo ebimwogerwako nga birungi byereere. Ali mu bitabo bingi nga kw'otadde naye kennyini bye yawandiika. Empapula z'amawulire nnyingi okuviira ddala ku mulembe gwe n'okutuusa kati zimwogerako. Yali mwagazi nnyo wa bantu be aba buli kika. Yakisiza omukono mu buwaŋŋanguse bwe yabomba ku basajja ba Obote abaali baagala okumumiza omukka omusu. Kigambibwa nti mu buwaŋŋanguse yafiirayo ng'aweereddwa butwa mu ngeri eyali ey'amagezi ag'ekikugu.